HOFU

HOFU

A. E. MUSIBA

MKUKI NA NYOTA
DAR — ES — SALAAM

Kimechapishwa na:
Mkuki na Nyota Publishers Ltd,
S.L.P. 4246,
Dar es Salaam,Tanzania
www.mkukinanyota.com

© A. E. Musiba, 2018

Kimechapishwa kwa mara ya kwanza na Popular Publications Ltd,1988.

ISBN 9789 987 083 27 5

Tembelea tovuti yetu www.mkukinanyota.com kujua zaidi kuhusu vitabu vyetu na
jinsi pa kuvipata. Vilevile utaweza kusoma habari na mahojiano ya waandishi pamoja
na taarifa za matukio yote yanayohusu vitabu kwa ujumla. Unaweza pia kujiunga na
jarida pepe letu ili uwe wa kwanza kupata taarifa za matoleo mapya zitakazotumwa
moja kwa moja kwenye sanduku la barua pepe yako.

Vitabu vya Mkuki na Nyota vinasambazwa nje ya Afrika na African Books Collective.
www.africanbookscollective.com

YALIYOMO

Shukrani vi

SURA YA KWANZA
Port Elizabeth 1

SURA YA PILI
Harare 8

SURA YA TATU
Nairobi 14

SURA YA NNE
F. K. 21

SURA YA TANO
Dar es Salaam 27

SURA YA SITA
Mambo 45

SURA YA SABA
Arusha. 67

SURA YA NANE
Nyaso. 90

SURA YA TISA
Kabla ya Usiku wa Manane 105

SURA YA KUMI
Mambo Bado 131

SURA YA KUMI NA MOJA
Funga Kazi 140

SURA YA KUMI NA MBILI
Ni Fundisho 152

Shukrani

Kwa, vijana wazalendo wa Afrika Kusini ambao siku hadi siku wanauawa na utawala wa Makaburu wakati wakipigana kuutokomeza ubaguzi wa rangi nchini humo na kuleta utawala wa walio wengi.

SURA YA KWANZA

Port Elizabeth

Ilikuwa tarehe 24 Machi, baada ya mauaji ya kikatili ya Waafrika 19 katika kitongoji cha Langa, karibu na Uitenhage; mji ulio karibu na ule mji wa viwanda wa Port Elizabert, katika jimbo la Cape Mashariki. Mauaji hayo yalifanyika tarehe 21 Machi, siku ya kuyakumbuka mauaji ya kikatili ya wazalendo 69 kwenye mji wa Sharpeville mnamo mwaka 1960. Mnamo tarehe hiyo ya 24 Machi, huko mjini Port Elizabeth, kulifanyika mkutano katika ofisi ya Mkuu wa Polisi kuanzia saa sita za usiku.

Ndani ya chumba cha mkutano huo walijumuika watu ambao wamekuwa chanzo cha vilio na malalamiko mengi ya wazalendo wa Afrika Kusini dhidi ya Makaburu. Walikuwepo Waziri wa Sheria na Usalama wa Makaburu, Kamishna wa Polisi, Mkurugenzi wa Shirika la Ujajusi na Kamanda wa Kikosi cha Jeshi kiitwacho Kulfut, yaani 'Gongo la Chuma.' Wote hawa walikuwa ni Makaburu. Lakini vilevile mkutano huu ulihudhuriwa na watu weusi ambao walikuwa wameitwa harakaharaka. Watu hawa walikuwa wamefanyiwa mipango maalumu ya usafiri ili waweze kuhudhuria mkutano huo muhimu.

Walisafiri kwa kutumia ndege ya Jeshi la Anga la Makaburu. Watu weusi hawa walikuwa ni Mkuu wa magaidi wa UNITA, anayepinga Serikali ya Angola, Mkuu wa magaidi wa MNR, anayepinga Serikali ya Msumbiji na Mkuu wa magaidi wa LLA, anayepinga Serikali ya Lesotho. Kwa kifupi magaidi hawa ni vibaraka wa Serikali ya Makaburu na ni Serikali ya Makaburu iliyowagharimia kufanya ujahili dhidi ya nchi zilizo mstari wa mbele katika ukombozi Afrika Kusini, ili kuzizorotesha kisiasa na kiuchumi na hatimaye kuziangusha. Waziri wa Sheria na Usalama, ambaye alikuwa Mwenyekiti wa mkutano huu, alianza kwa kusema:

"Kwanza lazima nitoe shukrani zangu kwenu wote, kwa kuweza kufika hapa katika muda uliopangwa. Shukrani zangu za dhati ziwaendee ninyi wageni wetu ambao mmetoka nje ya nchi hii. Pili, tumeitana hapa usiku wa manane ili kuzungumzia suala muhimu sana."

"Ningependa tufanye na kumaliza mazungumzo yetu usiku huu ili muweze kuondoka kabla hakujapambazuka, kwani shughuli hii ni ya siri sana. Mimi nikiwa mwanasiasa nitazungumza kwa ujumla kuhusu nia ya mkutano, halafu nitawaachia wataalamu wa utekelezaji walio hapa kuchambua vipengele vinavyohusika kwa undani zaidi."

"Nafikiri ninyi wote mnaelewa kwamba kumekuwa na wimbi la maasi la Waafrika katika nchi nzima ya Afrika Kusini. Wimbi hili, kwa kiasi fulani, limetutia wasiwasi. Migomo imeongezeka katika sehemu za kazi kiasi cha kutishia utulivu na amani ya wananchi. Vitendo vya hujuma, vinavyofanywa na magaidi wanaojiita 'wapigania uhuru' wa Afrika Kusini, vimeongezeka kiasi cha kutishia mashirika ya nje yenye rasilimali zao humu nchini."

"Sasa serikali imeamua kukomesha vitendo vyote hivi. Serikali ilikuwa na nia ya kulegeza vipengele fulanifulani katika sheria zetu kwa manufaa ya watu weusi, lakini imegunduliwa kuwa kufanya hivyo kutawafanya watu hawa kuwa vichwa vigumu zaidi. Tukio la juzi huko Langa ni fundisho la kwanza tu kwa hawa watu weusi kwamba sasa hatuna mchezo. Na kama alivyosema Rais wetu. 'Hakuna mtu yeyote ulimwenguni atakayetuzuia kulinda usalama wa nchi yetu na watu wake wapendao amani!' Na hapa nasisitiza tena kwamba hatutaki mchezo."

"Ghasia hizi ambazo zimekuwa zikiendelea zinayafanya mashirika na makampuni kutoka nje kuwa na mtazamo mpya. Yanaanza kuwa na wasiwasi juu ya uwezo wetu na pia, kuelekeza kuwa na imani katika vyama vinavyodai vinapigania uhuru."

"Uchumi wetu umeanza kuanguka. Gharama za maisha zimepanda kwa asilimia kumi na saba! Ukame umeathiri uzalishaji wa chakula na bei ya dhahabu imeanguka sana mwaka huu na kufanya bei za vitu muhimu, kama vile petroli, kuongezeka kufuatana na kushuka kwa thamani ya fedha yetu ukilinganisha na thamani ya dola ya Kimarekani. Jumuiya ya kimataifa inapiga kelele na kuyataka makampuni yasiweke rasilimali na vitegauchumi vyao nchini mwetu. Mambo yote haya yanatokana na mwamko wa ulimwengu dhidi ya siasa yetu ya ubaguzi. Suala la kuzungumzia ni kifanyike nini ili kuirekebisha hali hii. Ndio sababu leo mko hapa kutafuta ufumbuzi."

"Kuanzia sasa tunataka tuyaelekeze macho ya jumuiya za kimataifa sehemu nyingine, ili sisi tupate nafasi ya kurekebisha mambo humu nchini. Macho yao tunayataka yaelekee kwenye nchi zilizo mstari wa mbele katika ukombozi Kusini mwa Afrika, vilevile Namibia. Katika nchi hizo tutafanya vitendo ambavyo vitaishughulisha sana jumuiya za kimataifa; ikitafuta njia za kuwasaidia wananchi wa nchi hizo. Wakati jumuiya za kimataifa zinashughulika kiasi hicho, sisi tutaanza kuwapa fundisho hawa watu weusi wanaoleta ghasia hapa nchini. Jumuiya za kimataifa zikija kugeuza macho yake kuyaelekeza kwetu, tutakuwa tayari tumewakomesha hawa watu weusi ambao ni wakorofi. Watakuwa wamenyooka kama mpini. Hivyo, tumeamua, kuanzisha utawala wa hofu dhidi ya watu waliomo humu nchini na pia, walio katika nchi zilizo mstari wa mbele katika ukombozi Kusini mwa Afrika. Ni imani yangu kuwa mmenielewa na ninawashukuru tena kwa kunisikiliza. Wakuu wote wa usalama wako hapa na watawaeleza jinsi utekelezaji wa jukumu hili utakavyofanyika. Asanteni sana."

Alipomaliza kusema hivyo, Waziri wa Sheria na Usalama alifunga jadala lake; kisha akasimama na wengine wote wakasimama pia. Huku akiwapungia mkono wa kheri, Waziri alisindikizwa na Kamishna wa Polisi mpaka kwenye mlango.

Baada ya Kamishna wa Polisi kurudi kwenye nafasi yake, Mkurugenzi wa Shirika la Ujajusi la Makaburu alichukua uwanja kuelekeza namna ya utekelezaji wa mpango huo.

"Nafikiri ninyi wote mmemsikiliza Waziri wa Sheria na Usalama kwa makini. Mambo ni kama hayo na hatuna budi kutekeleza. Ninyi wenzetu wa UNITA, MNR na LLA, tunahitaji msaada kikamilifu. Tumesaidiana mambo mengi sana. Bila sisi kusingekuwepo na UNITA, MNR wala LLA." Alisema huku akiwakazia macho viongozi wa vyama hivyo vya magaidi. Wote walitabasamu na kumwashiria kwa vichwa vyao kwamba walikubaliana naye. "Kuanzia sasa misaada kwenu imeongezwa maradufu."

Wote walishangilia kwa kupiga makofi.

"Lakini...." Mkurugenzi wa Shirika la Ujajusi la Makaburu aliendelea,

"Misaada hii haikuongezwa bure. Kutakuwa na kazi kubwa ya kufanya." Alinyamaza kupitisha mate, akawaangalia viongozi wa magaidi kuona kama walikuwa wamemwelewa. "Mmesikia kuwa tunaanzisha 'utawala wa hofu' dhidi ya watu weusi waliomo humu nchini na pia, nchi zilizo mstari wa mbele katika ukombozi Kusini mwa Afrika, pamoja na Namibia. Utekelezaji wa mpango huo utakuwa kama ifuatavyo: "Kwanza, sisi tutajitangazia uhuru nchini Namibia."

"Baada ya kufanya hivyo, tutapambana na SWAPO. Kama ikibidi, tutaua watu Namibia kwani nchi ile ni lazima tuitawale. Tumeanzisha jeshi linaloitwa Kulfut, yaani 'Gongo la Chuma'. Hili ndilo jeshi litakalosababisha hofu huko Namibia na katika nchi fulani zinazojidai kuwa mstari wa mbele katika ukombozi Kusini mwa Afrika. Jeshi hili limeundwa na makomando watupu na lina uwezo mkubwa. Limefundishwa kwa kipindi cha miaka kumi katika sehemu mbalimbali ulimwenguni na sasa liko tayari kabisa kutia hofu mahali popote litakapotumwa. Upande wetu umejiweka tayari. Baadhi ya vikosi vya jeshi hili vitaletwa kwenu." Wajumbe walipiga makofi.

"UNITA...." aliendelea, "Kazi yenu itakuwa kutia hofu huko Angola. Hakuna kufanya mazungumzo na serikali ya Angola tena. Mtapewa kila msaada wa hali na mali. Lazima mhakikishe kwamba uchumi wa nchi hiyo unaanguka kabisa.

Kamanda wa Kulfut yupo hapa. Atawapa kikosi cha jeshi hilo kusaidia katika dhima hiyo. Na ninyi SWAPO, wapiganaji wenu wasiwe na huruma, bali waangamize kiumbe hai chochote kilicho mbele yao. Mhakikishe kuwa mnaangamiza wote wale wanaojiita 'wapigania uhuru wa Namibia.' Sisi tuko nyuma yenu kwa lolote lile litakalotokea. Nguvu zetu mnazijua. Kwa hiyo hamna atakayewachezea."

"Ninyi MNR…." alimgeukia kiongozi wa MNR.

"Kazi yenu mnaijua. Fanyeni vurugu ndani ya Msumbiji mpaka wananchi wa humo wapate hofu zaidi kuliko waliyoipata watu walioishi wakati wa enzi ya chama cha NAZI cha Adolf Hitler wa Ujerumani."

Mara alimwona kamanda wa MNR amenyoosha kidole akitaka kuzungumza.

"Enhe! unasemajie?" aliuliza kwa shauku kubwa.

"Sisi tuko tayari kabisa…." Kamanda wa MNR alisema. "Lakini lazima niseme kwamba mkataba wenu wa Nkomati unatukwamisha.Ni mkataba wa amani kati ya Msumbiji na Afrika Kusini. Kwa sababu hiyo, inatuwia vigumu kuendeleza mapambano nchini humo, ingawa mnatusaidia. Mkataba huo wa amani unatuathiri sana."

Mkurugenzi wa Shirika la Ujajusi la Makaburu alijibu, "Achana na siasa. Mkataba wa Nkomati ni siasa tu. Sahau kabisa. Tangu utiwe saini, hakuna mtu ambaye ameutekeleza. Ndiyo sababu tunaendelea kuleta misaada kwenu. Kazi yenu ni kama nilivyosema tieni hofu nchini Msumbiji! Lengo la Mkataba wa Nkomati lilikuwa kuwachota akili viongozi wa serikali ya Msumbiji. Tumegundua wanawaogopa sana ninyi watatu wa MNR. Ninyi ndiyo mlikuwa chanzo cha Mkataba huo. Walitaka amani. Sasa kinachohitajika ni kuwatia hofu zaidi kwa vita na si ajabu mkachukua madaraka. La sivyo, angalau waje kusujudu kwetu na kuturamba miguu."

"Nakuapia…" Kamanda wa MNR alisema. "Watakiona cha mtema kuni."

Ndipo Mkurugenzi wa Shirika la Ujasusi la Makaburu alipoendelea, "Kazi ya LLA haina tofauti na wengine. Askari toka jeshi la Kulfut litawasaidia kuleta vurugu na kutia hofu kubwa huko Lesotho na Botswana. Sisi tuachieni Zimbabwe, Zambia na Tanzania. Vikosi vyetu maalumu vya hujuma katika jeshi la Kulfut vitazionyesha cha mtema kuni nchi hizo. Ili kuonyesha nguvu zetu, sisi tutaanzia Tanzania. Tunataka tutie vurugu na hofu katika nchi hiyo. Dunia itashangaa. Tanzania haijawahi kupewa fundisho. Kwa sababu hiyo ina kiburi na ndiyo shina la hawa wanaojiita wapigania uhuru. Bila Tanzania, hao watu wasingetupa taabu kiasi hiki, inawapa hifadhi watu hao na inawapa mafunzo ya kijeshi baadaye inawapenyeza kwetu na kutupa shida. Shambulio tutakalofanya huko Tanzania, litawatia hofu hao wanaojiita wapigania uhuru na kuwafanya wasambae bila mpango. Itawachukua karne nzima kuweza kujikusanya tena. Litakuwa pigo takatifu ambalo litaiacha dunia yote inagwaya. Mipango ya awali juu ya kipigo hicho iko tayari na hatuna wasiwasi."

Mkuu wa UNITA alinyoosha mkono ikiwa ni ishara yake ya kuomba kusema.

"Enhe! Unasemaje?" Mkurugenzi wa Shirika la Ujasusi la Makaburu alimuuliza Mkuu wa UNITA.

"Mimi nasikia moyo unanienda mbio kwa shauku." Mkuu wa UNITA alisema. "Kama kweli mtaipa kipigo Tanzania mpaka ikakoma kutamba, basi sisi kazi yetu itakuwa rahisi kama kunywa maji. Nchi hiyo ina kiburi na ndiyo inayowapa kichwa ngumu wale wanaodai kupigania uhuru na nchi nyingine za mstari wa mbele katika ukombozi Kusini mwa Afrika. Iwapo Tanzania itashika adabu, basi vyama vyetu vitapata ushindi wa kutawala. Lakini napenda kukutahadharisha kuwa nchi hiyo ni imara sana; mimi nimewahi kuishi huko na ninajua vilivyo mambo ya huko."

Mara alikatizwa na Mkurugenzi.

"Usiwe na wasiwasi…" Mkurugenzi alianza kujitapa.

"Hakuna nchi itakayonusurika. Na Tanzania itakuwa nchi ya kwanza kushikishwa adabu. Ninyi mtasikia. Kusema kweli, baada ya kipigo hicho, hao 'wapigania uhuru' na pia nchi nyingine zilizo mstari wa mbele katika ukombozi Kusini mwa Afrika zitabaki zinagwaya. Ili yakutoke mashaka…"

Kamanda wa Kulfut alidakiza na kuendelea, "Matayarisho ya kipigo hicho yalianza siku nyingi. Jeshi la Kulfut, likishirikiana na Shirika la Ujasusi, halina wasiwasi kuhusu kipigo hicho. Nakuhakikishia kuwa Tanzania na nchi za mstari wa mbele zitakiona cha mtema kuni. Tumetumia miaka kumi kujitayarisha na muda huo siyo mchezo.

"Saa zimekwenda sana. Tumetumia muda mwingi sana kuzungumzia suala hili wakati ambapo nyie mnapaswa kuondoka kwa siri sana kabla ya mapambazuko."

Hapa Mkurugenzi alinyamaza kidogo na kisha akaendelea kusema, "Kamanda wa Kulfut atawapatia msaada mnaouhitaji katika kuutekeleza mpango huo. Hatuwezi kukubali kushindwa kwani hiyo ina maana kuwa huo utakuwa ndio mwisho wetu, kitu ambacho hakiwezekani. Lazima nipate ripoti ya maendeleo ya mpango huu kila siku ili niweze kuipa Serikali taarifa. Kamishna wa Polisi anasema hana wasiwasi juu ya watu weusi wa hapa nchini kwani atawapiga vita mpaka wajute kuzaliwa. Nafikiri mmesikia kuwa mwezi wa Februari tuliwakamata viongozi wa vyama vya upinzani. Hao tumewaweka kiporo na baada ya kuipiga Tanzania, ninyi mtasikia vurumai tutakayoifanya, au uongo Kamishna?"

Alionyesha majivuno, Kamishna wa Polisi alijibu, "Watajuta kwa nini walikuwa wanaleta mchezo. Wakati fulani wamediriki kusababisha vita vya wenyewe kwa wenyewe hapa nchini! Kitu kama hicho hakiwezi kutokea tena wakati ningali hai."

Mkurugenzi alifunga mkutano huo kwa kusema, "Asanteni sana. Ni matengemeo yangu kuwa mmeielewa hali halisi na kuwa mtatekeleza ipasavyo. Naamini tutakapokutana tena kwenye mkutano kama huu hali haitakuwa hivi, bali itakuwa kusherehekea ushindi dhidi ya adui. Sura ya Afrika Kusini mwa jangwa la Sahara itabadilika kwa kupata tawala mpya."

Mkutano ulifungwa saa kumi na moja alfajiri.

SURA YA PILI

Harare

Ilikuwa tarehe 1 Aprili, juma moja baada ya mkutano uliofanywa na maafisa wa Makaburu na vikaragosi wao mjini Port Elizabeth siku hiyo kulifanyika mkutano mwingine. Mkutano huo ulikuwa makundi mawili hayo yalikuwa hayajuani, mikutano yao ilikuwa na uhusiano. Mkutano huu ulifanyika mjini Harare, Zimbabwe, katika ofisi za wapigania uhuru wa Afrika Kusini. Tofauti na ule mkutano wa Makaburu uliofanyika usiku, mkutano wa wapigania uhuru ulifanyika mnamo saa nne hivi za asubuhi. Mkutano huo ulifanyika katika ofisi ya Mkuu wa Upelelezi wa chama cha kupigania uhuru. Waliohudhuria mkutano huu ni: Mkuu wa Upelelezi, Mkurugenzi wa Upelelezi wa Serikali ya Zimbabwe pamoja na kijana mmoja aitwaye Bon Sipele.

Huenda itakuwa kwa faida yako kama nitakueleza kidogo juu ya kijana huyo, mradi usiniite mmbeya. Lakini kwa kuwa mimi huwa sisengenyi, fahamu kwamba mambo nitakayokueleza ni kweli tupu. Kijana Bon Sipele alikuwa na umri wa miaka ishirini na minane alikuwa mzalendo wa Afrika Kusini ambaye alizaliwa katika kijiji cha Soweto. Alianza kujulikana kuwa ni mwanamapinduzi wakati akingali bado mbichi. Alipokuwa na umri wa miaka kumi na tisa baada ya kumaliza darasa la kumi na nne, yeye na wenzake waliivamia mitaa, wakiwa na mawe na chupa wakipinga utawala wa kibaguzi wa Makaburu. Serikali ilijibu kwa kuwaua baadhi ya vijana hao na kuwatia ndani wengine. Bon pamoja na wenzake walipata bahati ya kutoroka. Kwa msaada wa wapigania uhuru waliweza kuingia Zambia na hatimaye Tanzania. Bon aliona uchungu sana kutokana na vitendo vya kikatili vya Makaburu na akaapa kuwa atajitoa muhanga kuupigania uhuru wa nchi yake.

Bon alipewa nafasi ya kwenda nchi za nje ambako alipata mafunzo ya kijeshi. Baadaye, kijana huyu alipata mafunzo magumu huko Urusi, China, Cuba na Korea ya Kaskazini. Aliporudi toka mafunzoni, alikuwa tayari na ujuzi wa hali ya juu. Aliombwa kukaa katika ofisi za wapigania uhuru zilizo Tanzania ili awe mkuu wa idara ya uendeshaji vita, lakini aliikataa kazi hiyo kwani alitaka kuishi katika mazingira halisi wakati wa vita. Hivyo, alikwenda moja kwa moja mpaka Msumbiji kupambana na Wareno na Makaburu huko msituni. Baadaye alifanikiwa kuhujumu viwanda kadhaa, mitambo ya umeme pamoja na reli huko Afrika Kusini. Bon aliwatia homa Makaburu.

Vyama vya wapigania uhuru viliona Bon alikuwa anafaa kuwa mpelelezi ili ayakabili majasusi ya Makaburu kutokana na ujasiri wake na utaalamu aliokuwa nao. Baada ya muda si mrefu, Bon alitokea kuwa mpelelezi aliyesifika na kuogopwa katika sehemu hii ya Kusini mwa Afrika. Makaburu walimsaka kutokana na hasara kubwa aliyowatia. Serikali ya Afrika Kusini ilimtafuta bila kufanikiwa. Huyo ndiye kijana Bon Sipele.

Turudi kwenye mkutano uliokuwa ukifanywa na watu hao watatu. Mkurugenzi wa Upelelezi wa Zimbabwe ndiye aliyekuwa mtu wa kwanza kutoa hoja yake. Alisema, "Tumekusanyika hapa ili tuzungumzie suala muhimu. Habari kuhusu suala hilo nimezipata kutokana na kazi yangu. Suala hili linawahusu ninyi pia. Ndiyo sababu nimeona ni vizuri niwahusishe."

Alimeza mate kulainisha koo. Kisha akaendelea, "Mnakumbuka kuwa hapa majuzi, watu wetu walifanya opereseni kwenye sehemu ya Beitbridge katika mpaka wetu na Makaburu. Mtakumbuka pia, kuwa watu waliweza kuvunja kundi la majasusi lililokuwa linafanya ujahili dhidi ya nchi yetu kutokana na amri za Makaburu?"

"Tunakumbuka!" Walijibu kwa pamoja.

"Katika operesheni hiyo..." Mkurugenzi aliendelea,

"Tuliweza kuyakamata majasusi ishirini. Baada ya kuyakamata, vijana wetu, kama mjuavyo, waliyashughulikia kikamilifu. Baada ya kuhojiwa mmoja wao alitoa taarifa ambayo imetufanya tuwe macho. Kwa sababu hiyo, nimelazimika kuwapa habari hizi. Kutokana na ripoti niliyopata ofisini kwangu ni kwamba, Makaburu wamebuni mpango wa kukomesha mashambulizi dhidi yao. Utekelezaji wa mpango huo ni kwamba Makaburu watatoa kipigo kitakatifu ambacho kitamaliza kabisa nguvu za wapigania uhuru kiasi kwamba wale watakaobahatika kubaki hai, hawatathubutu tena kufanya mashambulizi dhidi yao. Vilevile, kuna mpango wa kuishambulia nchi yetu baada ya kipigo dhidi ya wapigania uhuru. Kama inavyofahamika, viongozi wa wapigania uhuru wamesambaa katika nchi mbalimbali, hasa katika nchi zilizo mstari wa mbele katika ukombozi Kusini mwa Afrika. Vilevile, wako katika nchi kadhaa za Afrika na hata nchi rafiki za Ulaya. Hivi, tumefikiri sana juu ya hali hii, lakini hatujapata ufumbuzi. Ndiyo sababu nimeona ni vizuri tutafute ufumbuzi wote kwa pamoja." Mkurugenzi wa Upelelezi wa Zimbabwe alipomaliza kusema, chumba kilitawaliwa na ukimya.

Baada ya kimya kirefu kilichoambatana na tafakari ya maelezo hayo, Bon alikata kimya hicho kwa kusema, "Mtakumbuka tarehe 21 Machi, siku ambayo yalitokea mauaji ya kikatili katika kitongoji cha Langa. Siku mbili baadaye, niliweza kujipenyeza na kuingia Afrika Kusini. Wakati huo wazalendo walikuwa wamepamba moto katika kuwaua polisi wa Kiafrika waliokuwemo katika jeshi la polisi la Makaburu. Mimi na watu wetu tuliokuwemo Afrika Kusini tuliweza kumpata mmoja wa polisi weusi waliokuwa wanakimbia. Kabla wazalendo hawajamfikia sisi tulimkimbiza na kumshika. Lakini tulimfanya asituogope kwani tulimridhisha na akaamini kuwa tulikuwa upande wake. Tulimchukua na kumficha. Tulipomuuliza maswali alituambia kuwa watu weusi walikuwa hawajui kwamba Makaburu walikuwa hawawezekani, kwamba watu weupe walisha amua kuua watu weusi bila kujali hadi ghasia ikome kabisa. Vilevile nchi zote zinazosaidia wapigania uhuru zitakiona cha mtema kuni kwani hivi sasa Makaburu wanalo jeshi liitwalo 'Gongo la Chuma' ambalo halijawahi kutokea duniani. Sasa hivi jeshi hilo liko tayari kufagia aina yoyote ya upinzani baada ya kutayarishwa kwa muda wa miaka kumi. Nakumbuka niliporudi nilileta ripoti hiyo. Sasa ukilinganisha ripoti yangu na maelezo aliyotoa Mkurugenzi sasa hivi, ni dhahiri kwamba yanaoana. Hii inaonyesha kwamba ni kweli Makaburu wanao mpango huo."

"Hata mimi nakubali kuwa yaliyosemwa ni kweli." Mkuu wa Upelelezi wa Wapigania Uhuru alisema. "Lakini kitu ambacho ni lazima kukitilia maanani ni hicho kipigo wanachotishia watakifanya. Je, kipigo hicho kitafanywa wapi, lini na kwa namna gani?"

Hapo Mkurugenzi Upelelezi Zimbabwe aliinua kichwa akasema, "Hata mimi jambo hilo ndilo linalonipa wasiwasi maana kutokana na maneno ya jasusi tuliyemteka, nchi zetu zitaanza kushambuliwa mara tu baada ya kipigo hicho! Huenda wanataka kutupumbaza ili watushambulie wakati tunasubiri watoe kipigo kwanza kwa wapigania uhuru. Hata hivyo, ni lazima tupate ufumbuzi wa suala hili."

"Mnajua kwamba hivi sasa Makaburu wana wasiwasi mkubwa na wanatuogopa. Kwa hiyo, wanatafuta mbinu za kututeketeza. Isitoshe, uchumi wao umeanguka. Hivi juzijuzi tu, wafanyabiashara wa Uingereza waliitisha mkutano huko mjini Leeds na kuwataka wafanyabiashara wa Afrika Kusini wajaribu kutetea haki za wafanyakazi weusi. Waliwataka pia waibane Serikali yao ili iwaruhusu watu weusi kufanya biashara kwenye sehemu wanazoishi watu weupe. Vilevile, waliwataka wapinge vikali siasa ya ubaguzi ili Waingereza waendelee kupeleka rasilimali zao huko Afrika Kusini. Hivyo, Makaburu wanahaha kwani msimamo huo wa Waingereza unawauma sana. Kama mjuavyo, mtu anayehaha, anaweza kufanya jambo lolote. Hatuna budi kuwa macho kabisa kwani hali hii imewafanya Makaburu kujizatiti. Sasa hivi wamebanwa sana ndani ya Afrika Kusini."

"Nilikuwa nikifikiri sana sasa hivi…" Bon alianza kusema na hapohapo wale wakuu wawili wakageuka kumsikiliza. Walikuwa wanajua kuwa Bon alikuwa kijana mwenye akili sana na ubongo wake ulifanya kazi kama kompyuta. Kila lilipotokea tatizo, Bon aliweza kutoa ufumbuzi sahihi.

Ndiyo sababu alihusishwa katika mikutano ya ngazi za juu kama huo. "Mnajua kuwa mwezi ujao kutafanyika mkutano wa pekee wa wapigania uhuru wote wa Afrika Kusini huko Tanzania baada ya ule uliofanyika mwaka 1969.

Kuna uwezekano kwamba Makaburu wameshapata habari na wanajitayarisha kutushambulia huko. Maana kama wakiweza kutekeleza tishio lao hilo la kipigo, yaani wakiwaua wajumbe wote katika mkutano huo, basi hivyo wanavyojigamba, itakuwa ni sahihi kabisa. Viongozi wetu wote kutoka sehemu mbalimbali duniani watakuwepo pamoja na watu wote mashuhuri wanaotuunga mkono." Wakuu wale walimwangalia Bon.

"Nafikiri Bon unasema ukweli kabisa." Mkurugenzi alisema.

"Hata mimi ninafikiri hilo ndilo jawabu lake." Asante sana Bon, "Lakini kuna jambo moja, Tanzania iko mbali sana, sijui watatumia mbinu gani?" Mkuu wa Idara ya Upelelezi aliuliza huku akiwaangalia wale wajumbe wawili.

Akidakia haraka kujibu swali hilo, Mkurugenzi wa Upelelezi wa Zimbabwe alisema, "Usiwachezee hao Makaburu; wanao uwezo wa kufanya jambo lolote. Wako mbali na Tanzania, ndiyo, lakini wanajigamba wanao mpango kabambe wa kuiangamiza."

"Jibu tumeshalipata." Mkuu wa Idara ya Upelelezi alipaza sauti. "Hatuna haja ya kuhangaisha vichwa vyetu zaidi. Lililobaki ni kwamba mimi nitaitisha mkutano niwaeleze wenzangu tuliyoyangundua. Halafu tuzungumzie ni nini la kufanya kabla ya mkutano huo kuanza, Makaburu wasije wakatuchezea kama watoto wadogo."

"Hata mimi nafikiri hilo ndilo wazo la busara, wazee wangu. Tusipochukua hatua za hadhari, tutaadhirika." Bon alijibu huku mawazo yake yakiwa mbali kwani alikwisha chekecha akilini mwake na kuona jinsi jukumu hili lilivyo gumu na la hatari sana.

"Yote niachie mimi." Alirukia Mkuu wa Idara ya Upelelezi. "Leo hii nitaitisha mkutano ili mipango yote ya hadhari ikamilike. Mimi nitawajulisha kila hatua ambayo tutafikia. Nitawapa habari zote kuhusu matokeo ya mkutano. Bon usiondoke hapa mjini. Kila wakati nataka kujua mahali utakapokuwa. Ninaweza kukuhitaji ghafla. Kuhusu wewe ndugu Mkurugenzi, mimi nitakujulisha tarehe ya mkutano hapo baadaye kwani ni lazima uwepo. Asante sana." Mkutano ulifungwa, watu hao watatu wakaagana.

SURA YA TATU

Nairobi

Mike Maina aliingia kwa mkuu wake wa kazi akiwa ameshika jalada mkononi. Maina alikuwa Afisa Upelelezi katika Idara ya Upelelezi nchini Kenya. Kijana huyo alikuwa anategemewa sana na Serikali ya Kenya kwa kazi yake kubwa ya kulinda usalama dhidi ya hujuma za kisiasa, kijeshi na kiuchumi. Alikwisha angamiza mipango mingi ya hujuma dhidi ya Serikali.

"Ehe, hebu nieleze Maina," Mkurugenzi wa Upelelezi alisema. "Ingawa nimeitwa huko Ikulu, lakini ni bora tuzungumze kwanza ndipo nielekee huko."

Katika kumkumbusha mkuu wake wa kazi, Mike alifungua mdomo wake na kusema, "Unakumbuka mwaka 1981 wakati mamluki, wakiongozwa na Michael Hoare, walipojaribu kuiangusha Serikali ya Visiwa vya Shelisheli, halafu wakashindwa?"

"Ndiyo, kwani vipi? Wanataka kuishambulia Shelisheli tena?"

"Hapana. Unakumbuka Serikali ya Shelisheli iliilaumu Serikali ya Kenya kwa kuhusika na mpango huo; na Serikali yetu ikakanusha vikali madai hayo? Unakumbuka kuwa Serikali ilituamuru tuchunguze suala hilo? Unakumbuka kuwa mimi ulinipa kazi hiyo?"

"Nakumbuka sana yote hayo Mike." Ripoti yangu ilionyesha kwamba, ingawa Serikali haikuhusika, kuna watu binafsi au hata wakazi tu waliohusika. Kutokana na ushahidi tulioupata, watu wengine wenye heshima wamepoteza kazi zao. Wakazi wengine wamefukuzwa nchini."

"Wakati tunafanya upelelezi wetu tulimpata mtu mmoja ambaye tulimshuku, lakini kwa sababu ya kukosa ushahidi wa kutosha, hakuchukuliwa hatua zozote za kisheria. Hata hivyo, jalada lake lilibaki wazi nikamteua kijana wetu mmoja kuchunguza nyendo zake. Vilevile, nilikuwa nimemuagiza achimbe historia ya maisha yake toka kuzaliwa kwake mpaka hivi leo. Mtu huyo anaitwa Peter Gerrit. Yeye ni mfanyabiashara anayemiliki kampuni ya kuhudumia watalii ijulikanayo kama "Kinyonga Tours and Safaris."

"Lo! Jina la kampuni linasisimua." Mkurugenzi alisema kwa mzaha. "Sasa huyo kijana wetu aliniletea ripoti ambayo ilinifanya niwe na wasiwasi mkubwa kiasi kwamba niliona nikueleze. Mtu huyo, yaani Peter Gerrit, anajulikana katika Idara ya Uhamiaji kuwa ni Mjerumani. Vilevile, Idara ya Uhamiaji inayo taarifa kwamba biashara yake hiyo ya kuhudumia watalii aliianza hukohuko Ujerumani. Baadaye aliamua kuja kuianzisha hapa nchini Kenya. Hayo tu ndiyo wanayoyafahamu maafisa wa uhamiaji. Kitu kinachotufanya tumtilie mashaka ni kwamba, siku askari wa kukodiwa walipovivamia visiwa vya Shelisheli, Peter alikuwepo. Na wakati askari hao walipowasili kwenye uwanja wa ndege wa Victoria, Mahe, ripoti inasema Peter alikuwa hapo uwanjani. Ni baada tu ya kugutushwa na mapigano yaliyotokea pale wakati Peter alipojisalimisha kwa majeshi ya usalama ya Shelisheli. Wakati wa kuhojiwa Peter alieleza kwamba alikuwa hapo uwanjani kuwasindikiza rafiki zake waliokuwa kwenye ndege ya Shirika la ndege la India ambayo ilitekwa nyara. Askari wa Shelisheli walipoangalia pasipoti yake na kuona kuwa yeye ni mkazi wa Kenya na mfanyabiashara ya utalii, walimwachia huru mara moja. Wakati wa uchunguzi wetu tulipata fununu kuwa Peter alikuwa kwenye uwanja wa ndege kwa nia ya kuwapokea askari wa kukodiwa. Lakini kwa kuwa tulikosa ushahidi wa kutosha kumtia hatiani, hatukuweza kuchukua hatua zozote za kisheria dhidi yake, bali tulibaki tunamtuhumu tu. Wewe unajua tena jinsi mahakama zetu pamoja na serikali zinavyotaka haki itendeke zikisisitiza kwamba, afadhali kumwachia huru mhalifu kuliko kumwadhibu yule asiye na hatia."

"Kutokana na uchunguzi uliofanywa na kijana wetu kwa muda wa miaka yote hiyo, yamegunduliwa mambo yenye kututia wasiwasi."

"Kwanza, mpelelezi wetu amegundua kwamba Peter hakuzaliwa Ujerumani, bali Afrika Kusini, ila mjomba wake alikuwa anaishi Ujerumani, naye ndiye aliyemchukua Peter na kumpeleka huko ambako alisomeshwa. Alipofikia umri wa miaka ishirini alirudi Afrika Kusini katika mji wa Pietermartzburg. Inasemekana kuwa aliwahi kufanya kazi kwa Michael Hoare akiwa askari wa kukodiwa."

"Baada ya hapo alitoweka, kisha akaibuka huko Ujerumani. Wakati huo mjomba wake alikuwa ameanzisha kampuni ya kuhudumia watalii ambayo alijiunga nayo. Baada ya muda si mrefu, akaja Kenya. Sasa unaweza kuona kuwa kuwako kwake Shelisheli hakukuwa kwa bahati mbaya bali kwa madhumuni maalumu."

"Zaidi ya hayo, mpelelezi wetu amegundua kwamba kwa muda wa majuma mawili sasa, Wazungu wanaume wawili wawili wamekuwa wakija nyumbani kwa Peter kila baada ya siku tatu. Mpelelezi wetu anahisi kwamba baada ya Wazungu hao kuingia nyumbani kwa Peter huwa hawatoki nje tena. Kwa hivi sasa idadi ya wageni hao ni sita. Sasa tunajiuliza hivi; kama kweli hao ni wageni wa kawaida, kwa nini hawaonekani angalau wakitembeatembea hapo nyumbani au hata kwenda mjini?"

"Huenda wanatembea usiku." Mkurugenzi alimjibu haraka.

"Kama kweli wanatembea usiku, kwa nini iwe wakati wa usiku tu?" Mike alimwuliza.

"Nafikiri unayo sababu nzuri kuwatilia mashaka. Kufuatana na maelezo yako inabidi mtu huyo apelelezwe kikamilifu kwani huenda akawa anafanya mambo kinyume cha sheria. Hata hivyo, itabidi apelelezwe kwa uangalifu na hadhari, kwani kama akigundua kuwa anachunguzwa, si ajabu akatekeleza tena kama alivyofanya hapo awali. Hivyo, kwa baraka zangu, nakuruhusu uendelee na kazi ya kumpeleleza ili tujue anafanya nini hasa. Umesema kuna kipindi fulani alikuwa haonekani na haijulikani alikuwa wapi! Basi inawezekana kwamba yeye ni jasusi la Makaburu ambalo lilikuwa mafunzoni. Hapa nchini inawezekana kaja kikazi, kwa hiyo mchunguzeni sana mtu huyo kwani anaweza kuwa hatari."

"Ndiyo, nitafanya hivyo na nitakuwa nikikujulisha maendeleo ya kila siku."

Mike Maina alichukua jalada na kutoka nje ya ofisi ya mkuu wake.

Mike alipotoka ofisini kwake alimwambia Katibu Muhtasi wake amwite Mwaura. Kwa muda wa miaka yote hiyo, Mwaura ndiye aliyekuwa akimpeleleza Peter. "Mwaura…" Mike alisema mara Mwaura alipoingia ofisini kwake. "Nimezungumza na mzee na tumekubaliana kwamba tuendelee na upelelezi wetu. Sasa nitakuongezea vijana wengine na tunataka ripoti juu ya pilikapilika zote za mtu huyo, kila kitu anachofanya na mahali anapokwenda."

"Nashukuru sana, bosi." Mwaura alijibu. "Nafikiri ukinipa vijana wawili, kama vile Onyango na Kipkoach, kazi itafanyika vizuri."

"Maombi yako yatatimizwa mara moja. Unafanya kazi nzuri Mwaura. Kuna haja ya Idara yetu kukupandisha cheo."

"Asante sana, bosi. Kazi kwanza."

"Ningependa kazi hii ianze mara moja, leo hiihii na mhakikishe kwamba Peter hapati mwanya wa kufanya jambo lolote dhidi yetu." Mike alisema.

"Kitu ambacho nimekosea, bosi, ni kwamba tangu asubuhi sikuweka mtu wa kuendelea na uchunguzi juu ya nyendo za mtu huyu. Katika muda huu wa saa tisa huenda amefanya majambo," Mwaura alijilaumu.

"Tusililie maji yaliyomwagika. Kuanzia hivi sasa kazi kama kawaida."

***

Wakati Mike anazungumza na Mkurugenzi wa Upelelezi, ofisini mwa Peter Gerrit, katika mtaa wa Koinange, ambako ndiko yaliko makao ya Kinyonga Tours and Safaris, simu ya siri ilikuwa ikilia. Simu hii ilijulikana kwa watu wachache sana. Kila wakati simu hii ilipolia, moyo wa Peter ulishtuka kidogo.

"Halo, Peter hapa!" Peter alisema mara baada ya kuunyakua mkono wa simu na kuupachika katika sikio lake la kulia.

"Masoga hapa." Upande mwingine wa simu ulimwitikia. Masoga alikuwa ni Afisa mwingine katika Kurugenzi ya Upelelezi, lakini alikuwa pia, kwenye orodha ya kulipwa ya Peter Gerrit. Masoga alikuwa ni msaliti wa Serikali ya wananchi wa Kenya, kwa sababu ya tamaa ya pesa. Hivyo alikuwa anampa Peter habari muhimu sana ambazo alikuwa anazitumia dhidi ya wanamapinduzi wa Afrika.

Wakati Mwaura alipokuwa anamweleza Mike asubuhi ile jinsi alivyokuwa na wasiwasi juu ya wageni waliokuwa wakiingia nyumbani kwa Peter, Masoga alipitia ofisini kwa Mike kuomba ruhusa kwenda nje ya ofisi. Na kwa vile hawakuwa na wasiwasi naye, Mwaura aliendelea kueleza wasiwasi wake kuhusu Peter Gerrit na wageni wake. Ndipo Mike aligeuka na kutaka kujua Masoga alikuwa na shida gani. Lakini Masoga alikuwa amesikia sehemu ya mwisho ya taarifa ya Mwaura juu ya Wazungu waliokuwa wakienda kwa Peter.

"Enhe, kuna nini?" Peter aliuliza kwa sauti kali.

Masoga aliyekuwa anapiga simu kwenye kibanda cha posta kando ya Posta Kuu alisema, "Kuna habari ofisini kwetu kuwa nyumbani kwako una wageni ambao wanaingia tu lakini hawatoki. Idara yetu ina wasiwasi."

Bila kujua umuhimu wa habari alizokuwa akizitoa kwa Peter. Masonga alitabasamu.

"Wana wazimu! Naona sasa Idara yenu haina kazi ya kufanya. Mimi sina wageni wa namna hiyo. Kama wana wasiwasi, kwa nini wasije kuona? Hivi ni nani anasema maneno hayo?" Peter aliuliza kana kwamba hajali kitu, ingawa kwa kweli moyo wake ulikuwa ukimdunda vibaya kwa hofu aliyokuwa nayo. "Kijana mmoja anayeitwa Mwaura."

"Achana naye?" Peter alimjibu. "Huenda anapalilia unga."

"Huenda. Lakini mimi niliona ni vizuri kukutaarifu kuhusu habari hiyo."

18

"Hivyo ni sawa. Lakini hakuna chochote wala usiwe na wasiwasi. Hata hivyo, asante. Njoo umuone Kanabhai. Utakuta anayo bahasha yako."

"Asante!" Masoga alijibu huku anajisikia raha alipojua kuna bahasha yake yenye pesa ndani.

Baada ya Peter kuweka simu chini, alianza kufikiri. Alikuwa ameshangazwa na habari hizi kwani hakutarajia kabisa kuwa Idara ya Upelelezi ilikuwa na uwezo wa kufanya kazi kwa kiwango cha juu kiasi hicho. Ni kweli kwamba Peter alikuwa na makomando maarufu kumi na wawili nyumbani kwake kutoka kwenye jeshi hatari la Makaburu liitwalo Kulfut. Watu hawa waliingia nchini Kenya kwa siri na ni yeye aliyetayarisha mpango huo. Waliingia nchini Kenya kupitia Mombasa. Walisafiri kwa mashua mpaka kwenye bandari ya Hindi kutoka kwenye meli moja ya Makaburu. Walikuwa wamefika kwenye ufukwe wa Nyali walipojifanya wao ni watalii waliokuwa wakicheza tu na mashua.

Peter akitumia wadhifa wake kama mfanyabiashara wa kuhudumia watalii, alifanikiwa kuwasafirisha, awamu kwa awamu, hadi Nairobi. Aliamua kutowasafirisha kwa mkupuo ili asije akashukiwa. Hivyo, watu hao walikuwa nchini Kenya kinyume cha sheria. Watu hao kumi na wawili walikuwa na uwezo wa kupigana na kikosi kizima cha jeshi. Vilevile, walikuwa wamepewa mafunzo ya kila aina kuhusu kuua. Wawili kati yao walikuwa maninja. Ninja ni mtu aliyehitimu mafunzo ya pekee ya kareti na kung-fu huko Ujapani na Korea. Kulitafasiri neno 'ninja' kunaweza kuchukua siku nzima! Hivyo, ridhika na ukweli huu kwamba ninja amejifunza zaidi ya njia elfu moja za kuua. Mtu mmoja anaweza akakihangaisha kikosi kizima! Katika ulimwengu huu ni watu wachache ambao wamehitimu mafunzo hayo. Askari jeshi mia moja na silaha zao hawawezi kufua dafu kwa ninja mmoja!

Makomando hao wa Makaburu walikuwa bado kufika mwisho wa safari yao. Walikuwa wanaelekea Tanzania. Kama wangeshukiwa wakati wakingali Kenya, Peter angepata matatizo makubwa kutoka kwa wafadhili wake. Hivyo, ilibidi abadili mipango haraka ili waweze kuingia Tanzania ambako ndiko walikokuwa wakienda kufanya kazi. Peter aliendelea kujifikiria yeye mwenyewe. Yeye pia alikuwa ni komando katika jeshi la Kulfut kwenye kikosi cha ujasusi. Alikuwa amehitimu kila aina ya mafunzo ya upiganaji na ujasusi. Aliletwa Kenya kusubiri wakati wake wa kufanya kazi.

Alikuwa tayari kufanya kazi wakati wowote alipohitajiwa na wakubwa wake. Na wakati huo sasa ulikuwa umewadia. Wakuu wake wa kazi walijua wameamua kufanya kazi sehemu hii ya Afrika Mashariki.

Kila wakati Peter alipoufikiria mpango huu na utekelezaji wake alisisimka. Alikuwa amefikiri sana juu ya siasa za nchi huru za Afrika na kuona kuwa ni vema kuzitokomeza ili Afrika Kusini iweze kulitawala bara zima la Afrika. Aliamini kabisa kwamba mtu mweusi hakuwa na haki ya kujitawala. Mtu mweusi alipaswa kuwa mtumwa wa Mzungu! Kulingana na imani ya Peter, mtu mweusi alikuwa kama paka tu kwa thamani, mbele ya Mzungu. Mara nyingine alishangaa aliposikia mtu mweusi anazungumza neno la busara! Kulingana na alivyofunzwa na kulelewa, Peter alimwona mtu mweusi kama kitu kisichokuwa na thamani yoyote. Kwa sababu hiyo, Peter alishikwa na jazba alipofikiri kuwa yeye mwenyewe angeshiriki kuwaangamiza watu weusi katika nchi zao ambazo walidai ni huru. Ili mipango yake isije ikaharibika, Peter aliinua simu, akazungusha namba kadhaa, kisha akasubiri kuitikiwa.

"Halo, hapo ni Arusha?" Peter aliuliza baada ya kuitikiwa.

"Ndiyo. Habari gani, P. G.?"

"Nzuri, F. K."

"Mipango imebadilika. Tungoje mpakani saa mbili usiku. Naamini mipango yote iko shwari mpakani."

"Nimeshasuka mpango kama tulivyozungumza. Hakuna taabu."

"Asante, F. K."

"Asante, P. G."

SURA YA NNE

F. K.

"Nyoka Tours and Safaris." Tondo aliitikia kwenye simu. "Njoo nyumbani haraka!" Tondo alisikia sauti ya tajiri wake ikimwamrisha.

"Sawa mzee." Aliitika kwa unyenyekevu.

Tondo aliweka simu chini na kuinuka. Bila hata kuaga alielekea kwenye gari lake ili aende nyumbani kwa tajiri wake. Alipoangalia saa yake aliona kuwa ilikuwa yapata saa nane na nusu za mchana.

Chris Tondo alikuwa Meneja Mkuu wa Kampuni ya Nyoka Tours and Safaris ya mjini Arusha ambayo ilikuwa ni mali ya Mhindi mmoja. Mhindi huyo alikuwa anajulikana kwa jina la Firoz Kassam na watu wengi walimwita F. K. Yeye alikuwa tajiri sana. Alikuwa akiishi sehemu ya Them Hill ambako alijenga nyumba kubwa sana ambayo mashabiki waliita White House au Ikulu ya Arusha. F. K. alipendwa sana na watu wa Arusha kutokana na tabia yake ya kuwasaidia watu wenye uwezo mdogo wa kipesa. Alikuwa mtu mkarimu sana. Inasemekana nusu ya teksi zote za Arusha zilinunuliwa kwa mkopo usio na riba kutoka kwa F. K. Inasemekana pia kwamba alifuta madeni mengi ya watu walioonekana hawana uwezo wa kulipa. Ingawa hakuwa muumini wa dini ya Kikristo, F. K. alisaidia kujenga makanisa mengi ya madhehebu mbalimbali mjini Arusha. Kwa muda mrefu F. K. alikuwa mstari wa mbele katika kusaidia Chama na Serikali katika mkoa huo katika kufanya shughuli zake nyingi. Inasemekana, kwa mfano, alichangia pesa nyingi kwa ajili ya ujenzi wa Makao Makuu ya Chama ya Mkoa. Kutokana na misaada yake, alipewa heshima kubwa sana na wakuu wa Chama na Serikali hapo mkoani Arusha. Kusema kweli, kama angetokea mtu akasema kwamba F. K. alikuwa ni mtu mbaya, basi angeuawa kwa kupigwa mawe hadharani. F. K. alijulikana kama mtu wa watu, raia mwema na mpenzi wa watu wa rika zote. Alikuwa mtu maarufu na murua.

Watu wote walimwelewa hivyo. Sifa zake zilizidi kuvuma kwani alikuwa mfadhili asiyebagua mtu, awe mweupe au mweusi, maskini, fukara au tajiri. Watu wote mbele ya F. K. walijiona sawa.

Lakini huo ulikuwa upande mmoja tu wa F. K. kwani, alikuwa na upande mwingine ambao watu wachache sana waliujua, hata mtu kama Chris Tondo naye alimjua F. K. juujuu tu.

F. K. alikuwa mzaliwa wa Dar es Salaam, Tanzania. Baba yake alikuwa mfanyabiashara maarufu sana jijini Dar es Salaam. Alikuwa na maduka makubwa matatu ya vipuri vya magari na alikuwa wakala wa makampuni mengine ya nchi za nje hapa Tanzania. Hivyo, mzee huyo Kassam alikuwa tajiri sana. F. K. alizaliwa mnamo mwaka 1945. Baada ya kusoma shule ya msingi hapa nchini, baba yake alimpeleka Uingereza ambako alipata elimu ya Sekondari na Chuo Kikuu. Hii ilitokana na uwezo wa kulipa ada ya shule aliokuwa nao baba yake.

Mnamo mwaka 1967 Serikali ya Tanzania ilitaifisha makampuni makubwa ya watu binafsi na kuyaweka katika mikono ya wananchi. Hatua hiyo ilifuatia kutangazwa kwa Siasa ya Ujamaa na Kujitengemea katika Azimio la Arusha. Mnamo mwaka 1972 Serikali ilichukua hatua nyingine zaidi. Majumba makubwa ya watu binafsi yalitaifishwa vilevile. Wakati huo F. K. alikuwa anasoma katika Chuo Kikuu kimoja huko Uingereza. Baba yake alimpigia simu na kumweleza mkasa uliokuwa umewapata nyumbani. Alimfahamisha kuwa nyumba zao thelathini, ambazo walikuwa wamezijenga na nyingine kuzinunua, zilikuwa zimetaifishwa. F. K. aliposikia vile alipatwa na wazimu. Aliilaani Serikali kiasi ambacho hujapata kusikia.

Siku hiyo jioni alikwenda kwenye baa na kuchapa mtindi barabara. Mara alisikika akiapa, "Naapa kwa jina la Mungu, kuna siku nitalipiza kisasi dhidi ya Serikali ya Tanzania." Kwa bahati mbaya au nzuri, katika baa ile lilikuwemo jasusi moja kutoka Afrika Kusini lililokuwa kwenye shughuli zake. Liliposikia hivyo, lilikumbuka kuwa Shirika la Ujasusi la Afrika Kusini lilikuwa linamtafuta mtu ambaye ni raia wa Tanzania ambaye angelifanyia kazi ya kijasusi huko.

Hivyo ndivyo alivyopatikana F. K. na kuwekwa katika orodha ya kulipwa na Shirika la Ujasusi la Afrika Kusini. Pamoja na kulipwa ili afanye kazi ya ujasusi, F. K. aliahidiwa kuwa angepewa msaada kulipiza kisasi dhidi ya Serikali ya Tanzania. Inasemekana kuwa baadaye alipotea kwa muda wa miaka mitatu na haikujulikana mahali alipokuwa. Lakini habari zilisema alikuwa huko Afrika Kusini akipewa mafunzo ya kijasusi kwenye makambi mbalimbali.

Aliporudi Tanzania alikuta wazazi wake wako kwenye pilikapilika za kuhama na kwenda kuishi Canada. F. K. alikataa kuondoka na wazazi wake akisema kwamba yeye alikuwa mzaliwa wa Tanzania; kwa hiyo, hakuwa na sababu ya kuihama nchi yake kwenda nchi nyingine. Hivyo, familia yake ilimgawia sehemu ya mali iliyobaki, naye akaamua kuhamia mjini Arusha. Huko ndiko alikoanzisha kampuni yake ya kuhudumia watalii iliyojulikana kwa jina la Nyoka Tours and Safaris. Alichagua jina hilo kwa sababu alizozijua yeye mwenyewe. Mabwana zake walimpa fedha nyingi ambayo aliitumia kufanya mambo niliyoyaeleza na pia kujengea "White House." Kutokana na utajiri wake, F. K. aliweza kuisaliti nchi bila mtu yeyote kumshuku. Pesa zake ziliwafumba macho watu.

Jumba hilo lililoitwa White House, lililojengwa kwa shabaha ya kufanyia ujasusi, lilijengwa kwa namna yake. Lilikuwa na vyumba vingine chini ya ardhi. Kulikuwako barabara kadhaa chini kwa chini ambazo zilitokea nje ya seng'enge iliyozizunguka ekari kumi na mbili za kiwanja cha jumba hilo. F. K. alikuwa hajaoa wala kupata watoto. Hivyo, aliishi peke yake katika jumba hilo. Watumishi wake waliishi kwenye nyumba alizowajengea kandokando ya jumba lake. Kwa muda wote huo F. K. alifanikiwa kujijenga kwa nje; akaonekana kama mbwamwitu aliyevaa ngozi ya kondoo.

Dhamira yake kubwa ilikuwa kulipiza kisasi. Kwa kufanya hivyo, F. K. angekuwa amefanya kazi katika upande wa adui namba moja wa Afrika huru na ulimwengu mzima kwa ujumla. Huo ndio ulikuwa upande wa pili wa sura ya F. K. ambayo ilikuwa sura yake halisi.

Chris Tondo, ambaye sasa alikuwa anaelekea Themi Hill, ndiye aliyejua kuwa F. K. hakuwa mtu mzuri kama watu wengi hapa mjini Arusha walivyoamini. Yeye alikutana na kufahamiana naye kiajabu. Tondo alikuwa na umri karibu sawa na F. K. Walionana mara tu baada ya Tondo kustaafishwa kutoka jeshi la polisi kwa manufaa ya umma. Alikuwa tayari amefikia cheo cha 'Kamishna Msaidizi' akiwa kati ya Waafrika wa kwanza kufikia ngazi hiyo. Tondo alichukulia kustaafishwa kwake kama kitendo cha fitina na hivyo alikuwa na chuki dhidi ya serikali. Aliamini kuwa alionewa wivu kwani alikuwa na nafasi nzuri ya kuwa Mkuu wa Jeshi la Polisi. Hata hivyo, ukweli ni kwamba Chris Tondo alitumia cheo chake kusaidia wahujumu uchumi. Aliwasaidia kutorosha vipusa na vito vya thamani kwa njia za magendo. Alipostaafishwa, jina lake lilitolewa kwenye magazeti ya kila siku. Kwa njia hiyo, F. K. ambaye alikwisha ambiwa habari zake na wale wahujumu aliowasaidia, alijua amepata mtu aliyekuwa anamhitaji, F. K. alijua Tondo hakuwa mwaminifu kwa serikali. Vilevile, alikwisha kuwa mtu mkubwa na hivyo mwenye uzito katika Jeshi la Polisi. Huyu ndiye mtu anayefaa katika mpango aliokuwa nao F. K. pamoja na wafadhili wake.

Siku moja, F. K. alimfuata Tondo jijini Dar es Salaam alimdanganya kwamba kuna mtu aliyemwelekeza kwake. Alimwambia kuwa, kama ingewezekana, alipenda wafanye kazi pamoja kwa kuwa hakuwa na kazi. Tondo alikubali bila ya kusita. Aliona ni bahati iliyoje! Siku hiyo Chris Tondo alimweleza F. K. jinsi alivyoichukia serikali ya Tanzania, akidai ilimstaafisha bila ya sababu za msingi.

"Wewe tulia tu, kuna siku mtu atalipa." F. K. alimhakikishia.

Baada ya kusikia maelezo ya Tondo, F. K. alijua amempata mtu aliyekuwa anamtafuta. Tondo aliteuliwa kuwa Meneja Mkuu wa Nyoka Tours and Safaris. Kusema kweli kampuni hiyo ilikuwa ni kisingizio tu. Mambo ambayo F. K. na Tondo walifanya kwa siri katika kuhujumu uchumi, aliyejua ni Mungu peke yake.

Tondo alisimama na kuegesha gari nyumbani kwa F. K. na mara mlango wa nyumba ukafunguka na kumkaribisha Tondo ndani.

"Karibu ndani."

"Ahsante!" Tondo alijibu.

"Nimekuita ghafla kwa sababu nimepata habari sasa hivi kutoka kwa yule rafiki yangu wa Nairobi kwamba wale wageni waliokuwa wafike kesho, wataingia hapa leo jioni. Kitu ninachotaka ufanye ni kwenda kubadili mipango huko mpakani. Kama nilivyokueleza awali, watu hao wataingia bila kupitia sehemu za kawaida. Wageni hao wanayo mizigo ambayo sitaki ikaguliwe na wala wao wasionwe na mtu yeyote." F. K. alieleza na kisha akaelekea kwenye chumba fulani. Aliporudi alikuwa amechukua pasipoti kumi na mbili na bahasha moja.

"Pasipoti hizi ni za hao wageni. Nenda nazo huko mpakani kwa mtu wetu akugongee mihuri ya Idara ya Uhamiaji. Unajua ni siku nyingi hatujaangalia maslahi yake. Hivyo, mpelekee hii bahasha." F. K. alimkabidhi Tondo vile vitu.

"Aidha, nenda kwa Hassanali umwambie kuwa wale wageni watakwenda nyumbani kwake kwa kupitia ile njia ya porini mnamo saa mbili usiku. Mimi nitafika hapo kuwachukua mnamo saa mbili na nusu usiku; na yeye tuonane hapo. Kazi ifanyike kama kawaida, Tondo."

"Sawa, nitatekeleza yote kama ulivyonielekeza."

Wakati akielekea nyumbani kwake Tondo alifikiri kwamba wakati mwingine mambo waliyoyafanya yalikuwa ya ajabu. Kama sasa, alishangaa alipoona F. K. anazo pasipoti za watu ambao walikuwa bado kuingia nchini. Hata hivyo, alijua haikuwa juu yake kuuliza maswali. Kazi yake ilikuwa ni utekelezaji. Alifikiria utajiri alioupata tangu ashirikiane na F. K. Alikuwa tayari amejenga nyumba tatu. Nyumba moja ilikuwa Dar es Salaam na aliipangisha kwa watu wa ubalozi kwa shilingi elfu hamsini kwa mwezi. Nusu ya kodi hiyo Tondo alilipwa katika pesa za kigeni. Nyumba nyingine alikuwa ameijenga nyumbani kwao, Njombe. Kwa viwango vya huko, ilikuwa nyumba ya hali ya juu. Nyumba ya tatu ni hiyo aliyoijenga Arusha. Tondo alikuwa hajawahi kuoa, lakini alikuwa na watoto watatu aliowapata nje ya ndoa. Watoto wake wawili wakubwa walikuwa wanasoma Shule ya Msingi huko London; na yule mdogo alikuwa anakaa na mama yake huko Njombe.

"Tangu nistaafishwe na kuungana na F. K., mafanikio yangu yamekuwa makubwa kuliko ya Mtanzania wa hali ya juu. Kweli kazi hii inanifaa na shauri lao watanikoma." Tondo alijisemea kimoyomoyo. Mara alikutana na gari lililommulika kwa taa zake. Kabla ya kupishana, alimtambua dereva wa gari hilo kuwa ni Nyaso. Hivyo akampungia mkono. Nyaso naye alimpungia mkono. Nyaso alikuwa ni msichana mrembo sana.

Hapakuwepo na msichana mwingine mjini Arusha ambaye angeweza kushindana naye kwa urembo. Nyaso alikuwa hawara wa F. K. Watu waliojua penzi lao walisema kuwa Nyaso alikuwa saizi ya F. K. hasa kutokana na utajiri wake. Hata hivyo, walishindwa kufahamu kwa nini hawakuoana. Rafiki zake F. K. walikuwa wanaeleza kwamba ndoa ingekuwa kinyume cha mila za Wahindi. Kwa kuamua kuishi na Nyaso kama hawara, kulionyesha watu unafiki wa F. K. na baadhi ya Wahindi jinsi walivyo. Walipenda kufanya mapenzi na Waafrika, lakini ilikuwa mwiko kuwaoa. Wahindi walitembea na wasichana wa Kiafrika na mwishowe kuwatupa jalalani.

Kila wakati Tondo alipofikiria uhusiano wa watu hawa wawili, aliona kuwa Nyaso hakumhitaji sana F. K. ilionyeshwa na majibu ya mkato aliyompa F. K. mara kwa mara. Lakini F. K. alikuwa amemjengea Nyaso nyumba nzuri sana. Nyaso alikuwa haruhusiwi kwenda kwa F. K. Hivyo, F. K. alikuwa akienda kulala kwa Nyaso. Hata Tondo hakujua kwa nini F. K. hakupenda Nyaso afike kwake, bali aliridhika alipoambiwa na F. K. kwamba hiyo ingekuwa kukiuka miiko ya Kihindi.

"Wacha mtoto wa Kitanzania amle kidogo Mhindi huyu." Tondo alijisemea.

Aliliegesha gari nyumbani kwake, halafu akajitayarisha kwa safari ya kuelekea mpakani.

SURA YA TANO

Dar es Salaam

Jijini Dar es Salaam, Tanzania siku hiyo watu walikuwa wanasherehekea sikukuu ya Idd-el-Fitri kwa hoihoi na vifijo. Mchana huo, watu walikuwa wamejaa katika Hoteli ya Kunduchi. Baadhi yao walikuwa wanaogelea, wakati wengine walitafuna na kula vitu laini. Watu wengine walibaki nyumbani kwa kujua wangekosa nafasi kwani Hoteli ya Kunduchi ilikuwa imejaa kibati!

Nje ya hoteli hiyo, karibu na ufukweni kulikuwapo na meza moja kubwa. Kuzunguka meza hiyo walikaa vijana wanane, wavulana wanne na wasichana wanne. Hii ina maana kuwa kila mtu alikuwa na kitu chake. Wote hao walifika kusherehekea Idd pia. Walikuwa wamekaa wakibishana huku wanauchapa mtindi. Wakati huo walikuwa wakibiashana juu ya siasa ya ujamaa nchini Tanzania.

"Mimi nawaambieni, hii siasa ndiyo inayoturudisha nyuma. Mbona kabla ya siasa hii kutangazwa mambo hayakuwa hivi?" Eddy aliuliza.

"Lakini nchi nyingine zina shida vilevile." Khadija alijibu. "Siyo sisi peke yetu."

"Shida za nchi nyingine sio kama zetu. Ukienda nchi za jirani, utaona wana kila kitu. Kwa nini? Kwa sababu hawana siasa hii, bwana; tusidanganyane." Eddy alisisitiza.

"Hata mimi nakubaliana na wewe, Eddy."

Rashidi aliunga mkono "Mie nilikulia kijijini. Kulikuwapo mabasi manne yatokayo mjini na kwenda kijijini kila siku. Lakini juzi nilipokwenda huko sikukuta basi hata moja. Nilikwenda kwa miguu umbali wa kilomita arobaini. Hivi sasa sina hata hamu ya kwenda likizo nyumbani."

"Sikilizeni, jamani." Ester alianza kutoa nasaha zake. "Dunia nzima ina matatizo. Mimi naamini siasa yetu ni nzuri, ila kuna mahali ambapo makosa yamefanyika. Mnajua kila kitu kina uzuri na ubaya wake. Inawezekana siasa hii imeleta madhara kiuchumi, lakini tumefaidika kwa upande mwingine. Watanzania tumekuwa watu wanaopendana na kuheshimiana. Tuna umoja, na mtu mkubwa hamnyanyasi mdogo. Hatuna ukabila. Katika nchi nyingine mnazozizungumzia kama wewe ni mtu mdogo, kama sisi wengine hapa, unaonekana huna thamani hata kidogo. Acheni jamani, siasa hii imetuletea hadhi na haki kwa kila kitu."

"Kwenda zako! Wewe utakula au kuvaa heshimu?Hii siasa inatuumiza, bwana, acheni," Rukia alijibu kwa hasira.

Mmoja wa vijana hao aliyekuwa anasikiliza maendeleo ya mabishano alitabasamu, kisha akasema, "Rukia, usikasirike. Hapa tunazungumza tu na kila mtu anatoa mawazo yake. Hivyo, poa mtoto, ngoja mimi niwaeleze jinsi ninyi mnavyobishana bila msingi. Mnajua, kama mtu anataka kubishana juu ya jambo fulani, lazima alielewe kwa undani jambo lenyewe. Kila mtu hapa anasema ujamaa ndiyo umeleta hali ngumu. Lakini hali hii imesababishwa vipi na siasa hii?"

"Haya basi, tueleze kama unafahamu." Sammy alichokoza.

"Wewe si unajiita mchumi? Kwanza nyinyi mliosomea uchumi ndiyo mnatoa ushauri mbaya kwa wanasiasa hapa nchini." Hapa vijana wote waliangua kicheko.

Kijana huyu alitabasamu kisha akawaashiria wanyamaze na yeye akaendelea kusema, "Azimio la Arusha lilitangazwa mnamo mwaka 1967. Kutokana na tangazo hilo, makampuni makubwa ya binafsi yalitaifishwa. Hatua hiyo ilifanya siasa ya ujamaa ianze kuonekana. Lakini utaona kwamba tangu kutaifishwa kwa makampuni hayo, uchumi wa nchi uliendelea kukua kwa kiwango kilichoridhisha. Uchumi ulikua kwa asilimia tano kila mwaka, hadi mwaka 1997. Tulikuwa na fedha za kigeni kiasi cha kutuwezesha kuagiza bidhaa za kukidhi mahitaji ya taifa kwa miezi mitano. Wakati huo wote sisi tulikuwa hatupati msaada wa fedha kutoka Benki ya Dunia wala Shirika la Fedha la Kimataifa. Hao wenzetu mnaowasema, uchumi wao wakati huo ulikuwa ukikua kwa asilimia mbili tu kwa mwaka. Na kukua kwa uchumi wao kulitokana tu na misaada ya fedha kutoka Benki ya Dunia na Shirika la Fedha la Kimataifa. Bila misaada hiyo, hali yao ingekuwa mbaya zaidi kuliko sisi. Kwa muda wa miaka kumi ya kwanza ya siasa ya ujamaa, uchumi ulikua vizuri sana. Ni muhimu kukumbuka kuwa mnamo miaka ya 1973–76, bei ya mafuta ilipanda. Vilevile, kulitokea ukame. Lakini uchumi wa nchi uliendelea vizuri. Hii inaonyesha wazi kuwa siasa ya ujamaa haikuwa chanzo cha kuanguka kwa uchumi wa taifa letu."

"Ngoja nikukate kilimi," Sammy alimkatiza yule kijana.

"Sasa unafikiri nini kimetokea kama kweli sababu zako ni sawasawa?"

"Nilikuwa naelekea huko...." yule kijana aliendelea kusema.

"Kuanzia 1978 mambo yalikwenda mrama. Na mambo yote yalitokana na chanzo kilicho nje ya siasa ya aina yoyote. Kwanza, Jumuiya ya Afrika Mashariki ilivunjika. Ninyi mnajua kuwa hiyo ilitufanya tukose vitu kadhaa pamoja na huduma kutoka nchi wanachama wa jumuiya hiyo? Bei ya mafuta iliongezeka sana kiasi cha kuathiri uwezo wetu utokanao na fedha za kigeni. Ukame pia uliathiri uchumi wetu. Zaidi ya hayo, kulitokea vita kati yetu na majeshi ya nduli Idi Amin. Mambo hayo ndiyo yalifanya uchumi wetu kuyumba. Na mbali na hayo, kumetokea hali fulani ndani kwa ndani. Ari ya mfanyakazi imezorota. Hali ngumu ya maisha imewafanya maafisa wa ngazi za juu kuendeleza rushwa. Ni dhahiri kuwa kuna maamuzi yanayofanywa na maafisa wa serikali bila kujali maslahi ya umma. Si ajabu kuona vibali vinatolewa kuhusu matumizi ya fedha za kigeni kwa shughuli ambazo siyo muhimu, wakati huohuo, sekta za uzalishaji, kama kilimo na viwanda, zinanyimwa fedha za kigeni za kununulia pembejeo na kadhalika. Siyo sahihi, kwa kweli, kusema kwa njia ya mkato kwamba mambo haya yamesababishwa na siasa ya ujamaa. Na kama nilivyosema hapo awali, Shirika la Fedha la Kimataifa na Benki ya Dunia havikutupatia hata senti tano wakati huohuo wenzetu walipewa mamilioni ya fedha za kigeni!"

"Nia ya vyombo hivi ilikuwa kuhakikisha kuwa uchumi wetu unaanguka kwani viliichukia siasa ya ujamaa ambayo ni ya kimapinduzi. Walikataa kutusaidia huku wakifahamu fika kuwa matatizo yetu hayakutokana na siasa ya ujamaa. Lakini iliwafaa kutusingizia. Siasa na ninyi pia, mmejiunga na mabepari katika kulaumu badala ya kujiimarisha..."

Mara mhudumu mmoja wa hoteli hiyo alifika hapo mezani na kuuliza, "Wewe si ndiye Willy Gamba?"

"Ndiyo!" Yule kijana alimjibu mhudumu haraka.

"Kuna simu yako hapo mapokezi."

"Ahsante. Hebu nikasikilize simu halafu nitakuja tuendelee na mazungumzo yetu." Yule kijana aliondoka na kuwaacha wenzake wameduwaa kutokana na maelezo yake mazito na yenye msingi.

Pale mapokezi alimkuta mhudumu wa kike.

"We mwanamume! Hapo ulipokaa una mke na bado unatafutwa na bibi mwingine." Mhudumu wa kike alimtania Willy. "Hivi wewe mwenzetu huwa hutosheki na mabibi?"

"Sasa nifanye nini, bibie, na wakati ndio huu? Lazima niutumie ujana wangu, sitaki kuujutia nikishazeeka." Willy alijibu, kisha akauchukua mkono wa simu na kuupachika kwenye sikio lake.

"Unauchapa tu mtindi mwenzetu." Sauti ya Maselina ilisikika waziwazi sikioni mwa Willy.

"Unataka kuja?" Willy aliuliza.

"Unataka huyo bibi yako anikate masikio? Sina haja ya kuharibiwa sura, babu we!"

"Sasa unasemaje?"

"Nasema hivi: niko ofisini pamoja na Chifu. Unatakiwa, kama ulifikiri mambo yamekunyokea na huyo msichana ulie naye, basi ulie tu. Unatakiwa sasa hivi. Umenielewa?" Maselina alisema kwa kebehi.

"Hamniachii angalau sikukuu hii nikala raha kidogo?"

"Njoo umweleze mwenyewe maneno hayo, huyo babu yako. Kwani mimi hiyo raha siitaki? Au kwa kuwa umenizoea unafikiri wanaume hawanitaki? Hata mimi nimechomolewa kutoka kwenye raha na pilikapilika safi za Idd-el-Fitri!"

"Wacha utani; nakuja sasa hivi."

Willy aliyakata mazungumzo, kisha akauweka chini mkono wa simu.

"Vipi huyo mkeo anasemaje kwenye simu?" Yule msichana wa mapokezi alimwuliza Willy mara alipokata simu.

"Afadhali ningekuwa na mke." Willy alijibu huku akielekea kwa wenzake.

Alipofika mezani ilibidi anywe pombe yake haraka ili aweze kuondoka. Jambo zuri ni kwamba vijana wote hao wa kiume walikuwa wanafanya kazi katika ofisi moja na Willy ndiye aliyekuwa mkubwa wao wa kazi.

"Samahani!" Willy aliwataka radhi vijana wenzake.

"Imenilazimu nijitoe. Kuna mzee wangu ameshikwa na ugonjwa wa ngiri. Lazima nimpeleke hospitali."

Wale vijana wenzake walielewa ana maana gani, ila wale wasichana maskini walidhani maneno ya Willy yalikuwa ya kweli.

"Oh, pole sana!" Rukia na Ester walisema kwa pamoja.

"Ahsante, nimeshapoa. Mwana, tunakwenda au unabaki?" Willy alimwuliza mpenzi wake.

"Nabaki vipi?" Mwana alikuja juu. "Huoni kitu hapa? Je, ukiniacha halafu wenzangu waamue kuchukua vyumba vya kulala, mimi nitafanyaje?"

"Kwangu wawili ni saizi." Sammy alitania, hivyo usiwe na wasiwasi.

"Mwenzetu Rukia mbona unayo shida?"

"Hayo ni maneno tu. Atawahi? Kila siku jasho linamtoka."

Rukia alijibu wakati Mwana na Willy wakiinuka na kuondoka.

***

Willy Gamba alikuwa ni mpelelezi maarufu aliyekuwa akifanya kazi katika Idara ya Upelelezi ya Tanzania. Sifa zake zilitapakaa katika Bara zima la Afrika. Kutokana na ujasiri wake, watu wengi walifikiri mtu huyu alikuwa wa kubuniwa tu. Waama, watu wengine walifikiri kuwa vitendo vya Willy Gamba vilikuwa kama mchezo wa sinema. Lakini ukweli ni kwamba mtu huyo yupo na vitendo vyake ni vya kweli tupu. Kijana huyo alifanya kazi kubwa sana katika kusaidia harakati zinazoendeshwa na Umoja wa Nchi Huru za Afrika.

Kwa sababu hiyo, yeye alijulikana katika Afrika nzima. Watu wengi waliohusika na kazi yake, na wale waliobaki, waliishia kusoma na kusikia habari zake bila kuamini.

Wakati akiendesha gari lake kuelekea mjini, Willy alikuwa na mawazo mengi. Maswali mengi yalimjia kichwani. Kwa nini, kwa mfano, Chifu alikuwa anamhitaji wakati wa sikukuu kama hii? Lakini alihisi kulikuweko na kazi muhimu, kwani haikuwa kawaida ya Chifu kumbughudhi wakati wa mapumziko kama hayo. Chifu, kama alivyoitwa, ndiye aliyekuwa mkubwa wake wa kazi. Alikuwa Mkurugenzi wa Upelelezi nchini Tanzania. Alikuwa mzee wa miaka mingi katika kazi hiyo na sifa zake zilitapakaa mahali pengi, hasa kwa kumtoa kijana shupavu kama Willy.

Willy alipofika njia panda ya New na Old Bagamoyo Road ndipo mawazo yake yaliporudi kwa huyu msichana ambaye alikuwa pamoja naye kwenye gari. Msichana huyo alikuwa ameanza kusinzia. Mwana alikuwa anaishi sehemu za Mwenge, nje kidogo ya jiji la Dar es Salaam.

"Mwana!" Willy alisema, "Nitakupeleka nyumbani kwako, halafu mimi nitaendelea na safari."

"Aka, babu twende wote," Mwana alilalamika. Kwani huyo mzee wako mimi siwezi kumpeleka hospitali?"

"Wewe unajua fika mzee anayeumwa ngiri anakuwaje. Unataka kukosa radhi kwa kuangalia vitu vya wazee nini?" Willy alimuasa huku akipinda kona kuingia katika barabara ya New Bagamoyo.

"Hukosi sababu wewe. Si ajabu ni mwanamke mwingine unayemfuata huku ukinidanganya, maana wewe umezidi." Mwana alijibu huku machozi yanamlengalenga.

"Wacha wivu usiokuwa na msingi; haukusaidii kitu, mama! Kama ningekuwa na bibi mwingine, kwa nini nikuchukue wewe tangu asubuhi? Na huyo bibi ana nini hasa mpaka nikurudishe na kumfuata yeye wakati wewe kwangu ndiyo mipango imenyooka?" Willy aliuliza huku akitabasamu.

"Eh, huenda mipango yake ni zaidi. Nitajuaje mie?" Mwana aliuliza kwa kejeli.

"Afadhali ningekuwa na bibi kama huyo. Lakini, hawajaanza kuzaliwa. Nasikia wataanza kuzaliwa mwaka elfu mbili." Willy alijibu.

"Wacha maneno mengi, utarudi?"

"Usiwe na wasiwasi. Nikimaliza tu shughuli na mzee nitarudi."

"Au kaniache nyumbani kwako." Mwana aliomba kwa sauti nyororo. "Mimi nitakuja kwako, si mzee yupo nyumbani kwangu au hunielewi?"

"Si mimi nitampikia?"

"Ahsante, lakini! Bado sijakutambulisha rasmi. Subiri mpaka nifanye hivyo kwani wazee wana nyadhifa zao." Willy alisema huku akikata kona kuelekea nyumbani kwa Mwana. Walipofika, Mwana alimvuta Willy na kumpa busu kali, kisha akamwachia huku akisema, "Usiporudi usishangae kusikia kuwa nimekula klorokwini kumi, nikafa na wala usinilaumu."

"Nitarudi," Willy aliahidi.

Baada ya Mwana kuteremka, Willy aliliondoa gari. Moyoni alikuwa anashangaa jinsi wasichana walivyo. Hii ilikuwa miadi ya pili tu kati yake na Mwana. Hata hivyo, msichana huyu alikuwa amekufa hasa kwa Willy. Willy aliendesha gari moja kwa moja hadi ofisini kwake katika mtaa wa Samora katikati ya jiji.

Baada ya kuegesha gari, alipanda ngazi moja kwa moja mpaka kwenye ofisi ya Chifu. Alipofungua mlango kuingia kwa Katibu Muhtasi wa Chifu, alimkuta Maselina ameng'ang'ana na simu.

"Pole mwenzangu. Nakuambia kazi hii itakuja kutuua siku moja." Maselina alimkebehi Willy.

"Inatufaa lakini. Yupo?" Willy aliuliza.

"Aende wapi? Leo kawa mzee ile mbaya, sijui nini kinamtia homa mzee wako," Maselina alimwarifu Willy.

"Basi ukiona hivyo ujue mambo ni yaleyale. Asipostaafu huyu mzee, atakuja kutufia humu ofisini kutokana na ugonjwa wa moyo."

"Afe kwa ugonjwa wa moyo? Kwa ugonjwa huo, utakufa wewe kabla yake. Mzima kweli huyo!" Maselina alisema.

"Umeshaijaribu kutingisha kiberiti na kujua ziko njiti ngapi nini?" Willy alimtania Maselina.

Maselina alichukua rula na kutaka kumpiga nayo. Willy alikwepa huku akikimbilia kwenye mlango wa ofisi ya Chifu.

"Mhuni mkubwa, wee!" Hayo ndiyo maneno ya mwisho aliyoyasikia Willy yakitoka kinywani mwa Maselina.

Watu hawa wawili walikwisha fanya kazi pamoja kwa muda mrefu. Walikuwa wakielewana kiasi kwamba walikuwa kama kaka na dada mtu au hata mpenzi.

Willy alipofungua mlango na kuingia ndani alimkuta Chifu anasoma gazeti la *Daily News*.

"Shikamoo, mzee!" Willy alimsabahi Chifu. Chifu aliinua kichwa na kumtazama usoni.

"Marahaba. Imebidi nikuite maana nimepata habari ambazo zinatupasa kuzishughulikia mara moja." Chifu alisema.

"Nimepata habari kutoka Lusaka kuwa kumefanyika mkutano kati ya Wakurugenzi wa Upelelezi wa Zambia, Zimbabwe, Angola, Msumbiji na Botswana pamoja na wakuu wa upelelezi wapigania uhuru. Sisi hatukuweza kuwakilishwa kutokana na hali ambayo haikuweza kuzuilika. Mazungumzo yao yalihusu mkutano wa wapigania uhuru ambao utafanyika kesho kutwa huko Arusha. Nafikiria unazo habari."

"Ndiyo, ninazo."

"Kuna habari za kuaminika kwamba Makaburu wamedhamiria kuleta maafa makubwa na kuuvuruga mkutano huo. Habari hizi ni za kipelelezi. Sisi tumeombwa tuwe macho kuzuia vurugu hizo za Makaburu. Ingawa Idara ya Polisi imesha jizatiti kwa ulinzi huko Arusha, sisi pia ni lazima tulishughulikie suala hilo kikamilifu. Kama kweli Makaburu wamenuia kutenda kitendo hicho, bila shaka watatumia majasusi wa hali ya juu ambao wana uwezo mkubwa. Tayari wapigania uhuru wamesha tuma mpelelezi wao maarufu, Bon Sipele. Serikali ya Zimbabwe nayo imemtuma mpelelezi wake mashuhuri, Rocky Malele. Hao watawasili hapa leo jioni wakiwa njiani kuelekea Arusha. Kwa hiyo, huna budi kuungana nao leo hii ili kuimarisha ulinzi katika mkutano huo. Wakuu wa nchi wameshajulishwa."

"Kamati ya Ukombozi wa Nchi Huru za Afrika, pamoja na wapigania uhuru, wameazimia kuwa mkutano huo ni lazima ufanyike. La sivyo, litakuwa ni pigo kubwa kwa wapigania uhuru wa Afrika nzima na ushindi kwa Makaburu. Kwa hiyo, Willy, hatujui Makaburu watatumia nini ila tunadhani kwamba watatumia majasusi ili kuhujumu mkutano na ikibidi kuua wajumbe wengi wa mkutano huo." Alimtazama Willy na kuendelea, "Kazi yako wewe na wenzako ni kuhakikisha kwamba jambo hili halitokei na mkutano unafanyika kama ulivyopangwa. Kufanikishwa kwa mkutano huo utakuwa ni ushindi kwa bara la Afrika na utawatia hamasa wapigania uhuru. Baada ya mkutano huo wapigania uhuru watakuwa na nguvu mpya na hapo ndipo Makaburu watakapokiona cha mtema kuni. Nafikiri umeelewa."

"Mpaka sasa zimechukuliwa hatua gani za tahadhari? Kwani inawezekana kwamba majasusi wa Makaburu tayari wameshaingia nchini." Willy aliasa. Walinzi wote katika mipaka wamesha tahadharishwa na Jeshi la Polisi linafanya kazi yake.

Viwanja vya ndege vya Dar es Salaam na Kilimanjaro viko kwenye hali ya hadhari. Wanausalama wanampekua vikali kila mtu anayeingia na kutoka nchini. Wote wako macho. Kwa hali yoyote ile, majasusi hawawezi kuingia nchini mapema kwa kuogopa kushukiwa," Chifu alijibu.

"Je, wajumbe wa mkutano huo wamesha wasili?" Willy aliuliza.

"Kufuatana na ripoti ya polisi, baadhi ya wajumbe wamesha anza kuwasili. Wengine wako Arusha tayari. Ndiyo sababu lazima ninyi muondoke leo. Tiketi yako iko tayari kwani Maselina keshaandaa kila kitu kwa ajili ya safari yako."

"Ni nani tutashughulika naye huko Arusha?"

"Hatutaki polisi huko Arusha wajue kuwa ninyi mnakwenda huko. Wakishajua wanaweza kuridhika kuwa kuna ulinzi mkali, kwa hiyo hawatafanya kazi yao barabara. Hata hivyo, Afisa Usalama wa Mkoa wa Arusha anayo habari ya kuwasili kwenu. Hivyo, huyo ndiye mtu mtakayemwona na ndiye mtu wa kuaminika."

"Ni sawa kabisa, Hamisi ni mtu wa kuaminika. Lakini mbali na Hamisi, nisingependa mtu mwingine ajue habari zetu za kuwasili huko, kwani mimi nafahamu majasusi wa Makaburu wanavyofanya kazi yao."

"Sasa nenda ukajitayarishe. Vilevile, nataka ripoti toka kwako kila wakati unapogundua kitu kipya. Kama utahitaji msaada kutoka kwa vijana wako, uko huru kuwachukua wakati wowote na tangu sasa watakaa hapa katika hali ya hadhari." Chifu alisema.

"Ahsante, Chifu, tuombe Mungu."

Alipofika karibu na mlango Chifu alimwita tena, na kumwambia, "Willy, jihadhari sana kwani Makaburu siyo watu wa kawaida."

"Nitajitahidi na Mungu atatusaidia." Willy alijibu na kuingia katika ofisi ya Katibu Muhtasi.

"Kwa nini hukunikonyeza kwamba ninasafiri, na wewe ndiye uliyekata tiketi? Una visa wewe," Willy alimlalamikia Maselina.

"Nikuambie nini tena!" Maselina alijitetea.

Kwani mimi ndiye niliyekuajiri? Mimi siyo mbeya, bwana we!"

"Najua unafurahi kwa kuwa mimi nina safiri. Wacha roho mbaya."

"We, Willy, acha kuniumiza roho. Unajua jinsi gani najisikia ovyo wakati unaosafiri. Mimi siyo kama hao wahuni wako leo ukienda usirudi, kesho wanao wengine. Wewe ni rafiki yangu ambaye hana kifani na siwezi kuishi bila wewe." Maselina alieleza kwa masikitiko makubwa.

"Niombee na Mola atanisaidia." Willy alijibu.

"Nakuombea kila siku." Alimwambia Willy huku akimpa tiketi yake. "Chunga sana."

"Ahsante, Maselina, nitajitahidi." Willy alijibu, kisha akainama na akambusu Maselina kwenye shavu, halafu akaondoka.

***

Wakati Willy alipokuwa anaelekea nyumbani kwake, alianza kuwafikiria akina Bon na Rocky. Kule kuwafikiria kulimfanya apate nguvu mpya. Hii ilitokana na ukweli kwamba Willy aliwafahamu hao wenzake fika na zaidi ya hayo, aliwaamini. Alifikiri sana juu ya kazi iliyokuwa mbele yake. Ni kweli kwamba kazi hiyo ilikuwa imewekewa uzito wa hali ya juu kama ilibidi kuwatuma watu wote hawa watatu katika operesheni moja. Mchukue Bon, kwa mfano, kwa mara ya kwanza Bon kufahamiana na Willy walikuwa huko Japan ambako wote wawili walikuwa wanachukua mafunzo ya uninja. Willy alikuwa amehitimu mapema na kumwacha Bon ambaye alijiunga na Chuo hicho nyuma yake. Willy alikuwa amemsaidia sana Bon akawa na imani kuwa naye angehitimu tu. Bon alimchukulia Willy kama kaka yake na wote wawili walipendana sana. Baada ya mafunzo yake, Bon alirudi kwao Zimbabwe. Wakati huo Kamati ya Ukombozi ya Nchi Huru za Afrika iliwatuma kazi muhimu ambayo waliifanya vizuri sana. Kazi hiyo ilifanyika nchini Afrika Kusini na mpaka leo Makaburu hawaamini kwamba kazi hiyo ilifanywa na watu wawili. Kukieleza kisa hicho ingechukua siku nzima, hivyo naachia hapa, bali niseme kuwa safari ya huko Afrika Kusini aliwafanya wafahamiane vizuri. Kwa hiyo, Willy alipojua kuwa angekuwa na Bon katika kufanya kazi hii, basi wasiwasi ulimtoka.

"Ninja wawili kutumwa Arusha! Kwani huko kuna nini? Labda Makaburu watume jeshi zima." Willy alijisemea kimoyomoyo.

Alimfikiria Rocky pia. Ingawa ingekuwa mara yake ya kwanza kufanya kazi naye, umaarufu wake ulijulikana Afrika kote. Walikuwa wameonana mara mbili. Lakini ilijulikana kuwa Rocky alikwisha tumwa kazi ambazo zilifanana sana na kujitupa mikononi mwa kifo. Pamoja na hali hiyo, Rocky alizifanya kazi hizo na kurudi salama. Kuweza kuzifanya kazi kama hizo, kulimdhihirishia Willy kuwa Rocky alikuwa mtu jasiri sana. Willy aliamini kuwa yeye na vijana hao wawili walikuwa na uwezo wa kuwazuia Makaburu wasisababishe maafa katika mkutano huo muhimu wa wapigania uhuru. Habari za kuipelelezi zilisema kuwa baada ya mkutano huo, mapambano ya kupigania uhuru yangehamia ndani ya Afrika Kusini yenyewe. Kwa hiyo, kama Makaburu walikuwa na fununu juu ya habari hizi, ilikuwa ni dhahiri kwamba wangejitahidi kuuvuruga mkutano huo. Makaburu walijua fika kuwa mkutano huo ulikuwa ni hatua ya kwanza muhimu katika hatua za kuuangusha utawala wao. Kuizuia hiyo hatua ya kwanza ilikuwa muhimu kwao.

Alipofika nyumbani kwake Willy aliingia bafuni kuoga. Baadaye, alifungua sanduku lake ambamo alikuwa anatunzia zana zake muhimu za kufanyia kazi. Alizichukua na kuzitia kwenye mkoba wake. Alimpigia simu Sammy na kumwarifu kuwa alikuwa anasafiri kwenda Arusha na kwamba habari zaidi angezipata ofisini. Vilevile, aliomba atumwe mtu uwanja wa ndege ambaye angelirudisha gari lake nyumbani. Sammy alikuwa chini ya Willy kikazi, lakini walikuwa marafiki wakubwa sana na mara nyingi walifanya kazi pamoja. Baada ya kukata simu aliondoka kuelekea Mwenge ili akamuage Mwana.

Alifika nyumbani kwa Mwana mnamo saa moja za usiku. Tiketi yake ilikuwa inaonyesha kuwa safari yake inaanza hapa saa tatu na nusu za usiku. Kwa hiyo, Willy aliona kuwa alikuwa na muda wa kuzungumza machache na mpenzi wake. Alipiga hodi na kufunguliwa mlango kisha alikaribishwa ndani. Mwana alikuwa amejipumzisha kitandani akiwa amevaa khanga moja tu.

"Afadhali umekuja, nilikuwa na wasiwasi! Vua tulale." Mwana alimwambia Willy.

"Nimekuja kukuaga," Willy alijibu.

Mwana aliinuka na khanga aliyokuwa amejifunga ikadondoka. Willy aliutupia macho mwili wa mtoto huyo mbichi ambao ulimsisimua na kumliwaza moyo. Matiti yake yalisimama kwenye kifua chake kilichokuwa kinatweta utafikiri ni mapera yaliyoiva. Mwana alimrukia Willy aliyekuwa amekaa kwenye tendegu la kitanda na kumkumbatia. Joto la mwili wa msichana huyo lilimwingia Willy kama kisu kinavyokata na kuingia ndani ya siagi. Ilihitaji mtu mwenye roho ngumu kama Willy kuweza kushinda jaribio hilo.

"Mwana, tafadhali niachie niende," Willy alimsihi.

Mwana, ambaye sasa alikuwa anatokwa na machozi, alisema kwa uchungu. "Willy kwa nini unanitesa? Kama hunitaki si afadhali unieleze tu. Kama huna hamu na mimi kwa nini ulinidanganya tangu siku ya kwanza? Kwa nini usiniambie ukweli kuliko kunitesa hivi oh! Mungu wangu, nimekosa nini mie?"

Hapo Mwana alijitupa kitandani na kuanza kulia, machozi yakimtiririka kama mtoto mdogo.

"Mwana, tafadhali jaribu kuelewa. Kuna kazi imetokea ghafla. Nilipotoka tu hospitali kumpeleka mzee nilikuta tiketi na ujumbe kutoka kwa mkubwa wetu wa kazi kuwa lazima niende Arusha. Kama ujuavyo sisi wafanyabiashara safari zetu ni za ghafla ghafla tu. Wewe unafikiri ni kijana gani ambaye anaweza kumwacha msichana mbichi kama wewe siku na saa kama hii, na hasa baada ya kula maraha ya leo mchana? Kama yupo, basi huenda siyo mwanamume kamili." Willy alijibu kwa uchungu kwani hata yeye alikuwa amesisimka.

"Basi lala angalau kwa muda mfupi tu. Dakika tano tu." Mwana alimsihi Willy.

"Mwana, mambo haya hayaendi namna hiyo. Mimi nitarudi baada ya siku mbili au tatu. Baada ya hapo wewe mwenyewe utajua mimi nina hamu na wewe kiasi gani," Willy alijibu.

"Haya nenda; nimekuruhusu." Mwana alisema kwa uchungu.

Willy aliinama na kumbusu. Alihisi tena lile joto la mwili wa Mwana.

Bila kusita aliinuka, akafunga mlango nyuma yake.

Alipoingia ndani ya gari, aliyafutilia mbali mawazo kuhusu Mwana. Wakati akiendesha, aliifikiria safari iliyokuwa mbele yake.

Alifika uwanja wa ndege mnamo saa mbili usiku. Aliliegesha gari lake kwenye maegesho ya magari, kisha alitoa swichi kwenye funguo zake na kuiweka mahali pa hifadhi ya swichi za magari. Hivyo, ingemwezesha kijana ambaye angekuja kulirudisha gari lake kuichukua hapo. Alifunga milango mitatu kwa funguo na kuuacha mmoja umerudishwa kisha akachukua mkoba wake na kuelekea kwenye jengo la uwanja wa ndege.

"Tiketi yako, tafadhali," Afisa Usalama hapo uwanjani aliomba.

Wakati anatoa tiketi yake alikuwa akiangalia huku na kule katika jengo zima.

"Haya endelea." Afisa Usalama alisema wakati akimrudishia Willy tiketi yake.

Willy alielekea ndani hadi kwenye kaunta ambako alimkuta msichana aliyemfahamu.

"Willy, safari tena?" Msichana alimuuliza.

"Ndiyo!" Willy alijibu.

"Wapi?"

"Arusha."

"Ziko ndege mbili usiku huu. Wameongeza nyingine moja kwa sababu wageni wengi wanakwenda Arusha kwenye mkutano." Msichana yule alimweleza Willy.

"Ahaa! Sasa mimi niko ndege ipi?" Willy aliuliza.

"Chaguo lako. Sema unataka ipi. Iko ya saa tatu na nusu na pia ile ya saa nne na nusu."

"Subiri kwanza, ile ndege kutoka Harare imefika?"

"Ndiyo! Imefika saa moja. Katika ndege hiyo walikuwemo wageni wengi wanaopitiliza kwenda Arusha."

"Majina yao tafadhali," Willy aliomba huku akimsogeza yule msichana pembeni ili watu wengine wasiweze kusikia.

"Sipele na Malele."

Msichana yule aliangalia kwenye orodha ya majina ya wasafiri kisha akainuka na kusema, "Ya wote yapo. Sasa hivi wanakula kwenye mgahawa hapo juu. Wataondoka na ndege ya saa nne na nusu."

"Ok, mimi niweke kwenye ndege ya saa tatu na nusu." Willy alisema.

Jina lake liliwekwa katika orodha. Halafu alisema, "Hebu nikawaangalie hapo juu."

Alipopanda kwenye Baa na Mgahawa alikuta watu wamejaa ndii. Huku akisalimiana na watu hapa na pale, Willy alijipenyeza tangu kwenye baa mpaka kwenye mgahawa. Mara aliwaona Bon na Rocky wamekaa kwenye kona, wakila na kuzungumza. Aliwaendea polepole. Rocky ndiye aliyekuwa wa kwanza kumuona Willy.

"Bon, Willy yulee!"

"Aaa mzee!" Bon alisema kwa furaha huku akiinuka na kumbumbatia Willy.

"Usinipakazie uzee Bon, au huoni humu ndani kuna watoto? Unataka kuniharibia soko, siyo? Willy alisema kwa mzaha.

"Hujaacha matani yako tu?" Bon aliuliza huku wakipeana mikono.

"Keti, bwana," Rocky alimvutia kiti.

"Ehe! Leteni habari," Willy alisema.

"Mambo safi." Rocky alijibu.

"Safari, je?"

"Safi kabisa," Rocky alijibu tena.

"Tulipata habari kuwa tungeungana hapa," Bon alisema.

"Mimi nimeambiwa leo mchana," Willy alijibu.

"Kila mara huyo mzee wako anapenda kukushtusha," Bon alitania.

"Wazee wengine, kama ujuavyo, ndivyo walivyo," Willy alisema.

"Chakula vipi?" Rocky alimwuliza Willy.

"Mimi ndiye napaswa kuwauliza swali hilo kwa kuwa mko nyumbani kwangu," Willy alisema.

"Tumekwisha jikaribisha." Bon alijibu.

"Vipi mzee wako, kakupasha kidogo?" Rocky alimuuliza Willy kwa sauti ya chini.

"Kanipasha," Willy alijibu.

"Basi mambo ni mpwitompwito," Bon alitania.

"Na kweli," Willy aliongeza.

"Tutazungumza wakati tukifika huko." Rocky alisema.

"Sawa!" Willy alijibu.

"Je, tutasafiri kwa ndege moja?"

"Hapana. Mimi sina budi nitangulie na ile ya saa tatu na nusu. Kama mjuavyo, wote hatuwezi kusafiri katika ndege moja. Ikianguka, je?" Willy aliuliza.

"Willy hubadiliki?" Rocky aliuliza.

"Siku nikibadilika ndiyo siku nitakapoacha kazi hii," Willy alijibu.

"Ni kweli, maana wakati huo itakuwa ni hatari kwa maisha yako." Bon aliongeza.

Waliendelea kuzungumza huku wakiangalia kwa chati kila kona ili kuona kama kuna watu waliowatia maanani. Lakini kufuatana na hali ya mambo, ilionekana kila mtu alikuwa anashughulika na mambo yake.

"Tukutane hotelini kwangu mnamo saa saba usiku." Rocky alieleza.

"Wewe uko hoteli gani?" Willy aliuliza.

"Mimi niko Equator Hotel kwa leo, halafu nitahamia Mount Meru Hotel hapo kesho. Bon atakuwa Safari Hotel," Rocky alijibu.

Basi, mimi naona tukutane kesho asubuhi ili mpate kupumzika leo kwani huenda kukawa na kazi ngumu hapo baadaye. Mimi nitafikia New Arusha Hotel," Willy alijibu.

"Mimi nafikiri maneno yako ni sahihi, Willy." Bon alijibu, "Ok, tuonane wapi na saa ngapi?"

"Njooni hotelini kwangu saa tatu asubuhi." Willy alijibu.

"Ok ahadi…" Rocky alijibu.

Mara walisikia tangazo; "Shirika la ndege la Tanzania, Ndege TC 1001 iendayo Arusha iko tayari kuondoka. Abiria wote wanaosafiri kwa ndege hiyo wanaombwa kuelekea kwenye ndege hiyo sasa hivi."

"Jamani eh, kwa herini. Tutaonana kesho." Willy aliwaaga wenzake na kukimbia akiteremka chini.

Alipofika kwenye kaunta alimkuta tena yule msichana anayefanya kazi kaunta.

"Siku nyingine utaachwa wewe!"

"Niko macho." Willy alijibu.

"Utaniletea nini ukirudi?"

" Vitunguu."

"Nitafurahi sana. Haya, safiri salama.

Ndipo Willy alikumbuka kuwa alikuwa hajalipia ushuru wa kiwanja. Hivyo alifanya hivyo haraka. Halafu alirudi na kwenda kwenye chumba cha kuondokea. Hapo chumbani Willy alikuta msururu mrefu sana.

"Lo! Leo pana jua nini iko! Watu apana panda." Mhindi mmoja alilalamika.

"Huenda kuna mtu anayo bastola. Labda wanaogopa kutekwa nyara maana hapo ndani wanakagua tena." Kijana mmoja alijibu.

Msururu huo ulikwenda polepole, lakini hatimaye wote walipekuliwa. Kisha waliruhusiwa kuingia katika ndege. Willy alikuwa ameridhika sana na upekuzi ule kwani ulikuwa upekuzi kwelikweli.

Willy alikaa nyuma katika kiti cha mwisho kama kawaida yake. Alifunga mkanda na kisha akakaa akisubiri matangazo ambayo alikwisha yasikia mara elfu kidogo. Hayo yalikuwa matangazo ya IATA yahusuyo usalama wa usafiri wa anga.

Baada ya matangazo hayo ndege yao aina ya Boeing 737 ilirushwa na marubani wa Kitanzania.

Willy alirekebisha kiti chake kikakaa sawa, kisha akaanza kufikiri juu ya mambo yote aliyokuwa ameambiwa na Chifu. Alichambua kipengele kimoja baada ya kingine na namna ya utekelezaji wa kazi yote.

"Patakuwa na kazi." Willy alijisemea moyoni mwake.

SURA YA SITA

Mambo

Siku ile Willy na Chifu walipozungumzia mipango ya kujizatiti kiulinzi, ili kuzuia uwezekano wa majasusi ya Makaburu kuingia nchini bila kujulikana na kuvuruga mkutano wa wapigania uhuru, wakati majasusi yote kumi na mawili kutoka Afrika Kusini yalipoingia mjini Arusha, ilikuwa sikukuu ya Idd. Huko mjini Arusha yalifikia nyumbani kwa F. K tayari kuanza kazi. Hiyo ilikuwa na maana kwamba usiku wa jana yake F. K. na Tondo, kwa upande wa Tanzania, na Peter, kwa upande wa Kenya, walifanikiwa kuyaingiza majasusi hayo nchini Tanzania kwa siri. Majasusi hayo ya Makaburu pia, yaliingiza mizigo yao yote. Asilimia tisini ya mizigo hiyo ilikuwa ni silaha za aina mbalimbali na vyombo vya kisasa vya kufanyia ujasusi.

Kwa kuwa gari la F. K. lilikuwa halipekuliwi, safari yao kutoka mpakani hadi Arusha haikuwa na matatizo yoyote. Pamoja na ulinzi mkali uliowekwa kwenye vizuizi njiani, majasusi hayo yaliweza kupita bila matatizo. Kila alipofika kwenye kizuizi, F. K. alitoa kichwa chake nje ya dirisha la gari na maafisa wa polisi walimpigia saluti kimzaha ya kumwashiria aendelee na safari. Kwa njia hiyo, F. K. aliyawezesha majasusi, tayari kutoa kipigo dhidi ya wapigania uhuru wa Afrika.

Baada ya kuyavusha mpakani, Peter alirudi Nairobi akiwa ameridhika kuwa nusu ya kazi yake ilikuwa tayari imefanyika.

Mchana wote, wakati majasusi yalipokuwa nyumbani kwa F. K. yalikuwa yanajitayarisha. Yalisafisha silaha zao na

wale maninja wawili walifanya mazoezi madogomadogo. F.
K. alikuwa amewapa likizo wafanyakazi wake wote. Hivyo,
aliiacha nyumba yake yote itumiwe na majasusi. Yalikuwa
yakijipikia na kujifanyia mambo kadhaa. Kama nilivyoeleza
hapo awali, nyumba ya F. K. ilikuwa imejengwa kwa
madhumuni kama hayo. Hata mtu angefika nyumbani kwa
F. K. wakati huo, asingegundua kuwa kuna majasusi, kwani
yalikuwa yanatumia vyumba vya siri.

Ilikuwa yapata saa za jioni wakati F. K. alipoyakusanya
majasusi ili kuyapasha habari.

"Sasa hivi nimepata habari kupita kwenye chombo cha
kupashana habari kilichomo chumbani kwangu," F. K. alisema.
"Wakubwa wenu wa kazi wamepata habari kuwa mpelelezi
mashuhuri wa wapigania uhuru, Bon Sipele na mpelelezi
mwingine mashuhuri kutoka Zimbabwe, Rocky Malele,
wameondoka leo mchana mjini Harare kwa ndege ya Shirika
la Ndege la Tanzania wakiwa njiani kuelekea Arusha. Taarifa
niliyonayo inasema kwamba wapelelzi hao ni hatari sana. Kwa
hiyo, ni lazima wauawe, la sivyo watavuruga mipango yetu.
Vilevile, nimeelezwa kuwa Paul na Fouche wanawafahamu
watu hao."

Nyumbani kwa F. K. kulikuwa na chombo cha kupashana
habari cha hali ya juu sana. Chombo hicho kilikuwa kinapokea
habari kutoka kwenye sateliti. Sateliti hiyo iliwekwa angani
na Makaburu wa Afrika Kusini wakisadiwa na Marekani.
Kazi yake kubwa ilikuwa kupashana habari za kijasusi. Hivyo,
mawasiliano kati ya F. K. na mabwana zake yalikuwa hayapitii
njia za kawaida. Ndiyo maana F. K. aliweza kupashana habari
na hao mabwana zake bila ya kugunduliwa na vyombo vya
upelelezi vya Tanzania.

"Ndiyo, tunawafahamu vizuri sana!" Paul alijibu kwa
shauku kubwa.

"Kama kweli hao wapelelezi wanakuja Arusha…" Fouche
alieleza, "Ni lazima tujiweke tayari. Hao mimi nawajua, siyo
watu wa mchezo. Kama maagizo yanavyosema wauawe mara
moja, ni sahihi kabisa.

Wakisha fahamu nia yetu na kuwa na wasiwasi, wanaweza kufanya kazi yetu iwe ngumu. Ujuzi na uwezo wao ni mkubwa. Mimi naamini kuwa, hata kama watatutilia mashaka bado hawatajua kama tayari tumeingia. Wao wanatarajia sisi tuingie nchini kwa ndege. Hivyo, watajishughulisha na kuchunga viwanja vya ndege vya Dar es salaam na Kilimanjaro."

"Kama wameweza kutuma wapelelezi mashuhuri kama hao, ina maana hata serikali hizi zimehisi kuwa kutatokea vurugu."

"Lazima. Ni lazima mjue nchi hizi sasa hivi siyo mchezo," F. K. alionya." Nchi hizi zinao uwezo mkubwa wa kipelelezi. Mfahamu kuwa mmekuja kupambana na watu wenye ujuzi kama wenu, hivyo msifanye mchezo!"

"Watafika saa ngapi wapelelezi hao?" George aliuliza. Yeye ndiye aliyekuwa mkubwa wa kikosi hiki, na pia mmoja wa maninja wawili. Yeye na Dave walikuwa mastadi zaidi katika upiganaji kuliko wenzao.

"Ndege hiyo inatarajiwa kufika hapa saa tatu na nusu." F. K. alieleza. "Lakini nimepata habari sasa hivi kutokana na wingi wa wageni, kutakuwepo na ndege mbili. Kama mnavyojua, mpaka sasa wageni wengi wameshaingia. Kufikia kesho kila mjumbe wa mkutano huo anatakiwa awe hapa kwa ajili ya ufunguzi wa mkutano hapo kesho kutwa. Hii ina maana kwamba lazima tufunge kazi takatifu mnamo muda wa sasa sabini na mbili zijazo."

"Hivyo kazi itafungwa katika muda huo na wala usiwe na shaka yoyote," George alijibu.

Sasa mmeamua nini juu ya wapelelezi hao wawili?" Dave, ambaye wenzake walimwita 'Devil,' yaani 'Shetani' aliuliza.

"Wapelelezi lazima wauawe usiku huu huu," George alijibu. "Kitendo hicho kitawafanya maadui zetu wagwaye, na hivyo kutupa sisi nafasi nzuri zaidi kufanya kazi yetu."

"Hali ya ulinzi huko uwanja wa ndege ikoje?" Paul aliuliza "Ulinzi ni mkali sana," F. K. alijibu.

"Na siyo tu kwenye uwanja wa ndege, bali katika mji mzima. Wameletwa askari polisi wageni kabisa kutoka mikoa mingine kuimarisha ulinzi wakati wa mkutano. Kwa kifupi ulinzi ni mkali sana." Waacheni waimarishe ulinzi jambo hili lisiwatie tumbo moto."

"Ikiwezekana, F. K. uiambie Serikali ya Tanzania ilete jeshi lake zima hapa Arusha na bado cha matema kuni watakiona tu." Dave alijigamba.

"Paul na Fouche, hiyo ni kazi yenu. Sitaki Bon na Rocky walione jua likichomoza kesho. Mipango yote mnaijua; ni kama kawaida." George aliamrisha.

"Hesabu kwamba hiyo kazi imefanyika." Paul alijibu.

"F. K. nataka unipatie majina ya viongozi wote wa vyama vya wapigania uhuru ambao wamesha wasili hapa Arusha. Vilevile, nataka unipatie majina ya hoteli na vyumba wanamolala. Habari hizi nazitaka leo hii." George alimwagiza F. K.

"Utapata bila matatizo." F. K. alijibu.

"Wengine mliobaki nitawaeleza baadaye nini cha kufanya usiku wa leo." George alisema wakati akigeukia upande mwingine. "Na ninyi Paul, Fouche na F. K. nataka utekelezaji sahihi kutoka kwenu."

***

Mjini Nairobi mchana ule Mike alikuwa ofisini kwake akipokea ripoti kutoka kwa Mwaura. "Tangu jana mimi na vijana ulionipa ili wanisaidie tulikuwa tunachunga nyumba ya Peter Gerrit kwa zamu," Mwaura alisema. "Hata hivyo, hatujagundua kitu chochote. Hakuna hata mtu mmoja ambaye ametoka nje ya nyumba ile, ila kuna kitu kimoja kinashangaza. Ni kwamba jioni hatukumuona Peter akirudi nyumbani. Na Onyango ameniletea habari kuwa amemwona Peter Gerrit akirudi nyumbani kwake sasa hivi. Tunahisi kwamba Peter hakulala nyumbani kwake."

"Una hakika hakurudi nyumbani kwake halafu akatoka tena?" Mike aliuliza.

"Labda hiyo iwe wakati tulipokuwa hatujaanza doria wakati wa mchana."

48

"Hivyo una maana wale watu bado wamo ndani?"

"Bila shaka. Kama wametoka nje, basi wamefanya hivyo wakati nilipokuja hapa kuwasiliana nawe. Maana, kama nilivyokuambia jana, kwa muda huo wa saa nne hapakuwa na ulinzi nyumbani kwa Peter," Mwaura alijibu.

Mike Maina alifikiri sana kisha akasema, "Sidhani, lakini lazima tuwe na uhakika. Mtu anaweza kufanya hivyo kama amehisi kuwa tunampeleleza."

"Sidhani kama aliniona." Mwaura alieleza. "Mimi naelewa kuwa mtu ambaye huchukua hadhari na mwenye ujuzi kama Peter hawezi kuwa katika hali ile niliyomwona kama alihisi anapelelezwa na watu. Ila Onyango aliniambia kuwa Peter alipokuwa anarudi nyumbani kwake leo mchana, alikuwa kama mtu mwenye wasiwasi kuwa anapelelezwa."

"Ndio. Hapa kuna kitu kinachonitia wasiwasi, sijui ni nini! Mwaura jiweke tayari, mnamo saa sita usiku nipitie nyumbani kwangu. Tutakwenda kwa Peter kwani lazima tuhakikishe kuna mambo gani yanayotendeka ndani ya nyumba yake. Waache wale vijana waendelee kufanya kazi." Mike aliagiza.

"Sawa, mzee!" Mwaura alijibu.

⁎

Mnamo saa nne na nusu ndege namba TC 1001 iliwasili kwenye Uwanja wa Ndege wa Kimataifa wa Kilimanjaro. Willy Gamba alikuwa mmoja wa abiria walioteremka. Alijichanganya na kundi la abiria wenzake mpaka akafaulu kutoka nje ya uwanja bila mtu yeyote kumtambua. F. K. Paul na Fouche walikuwa kwenye kundi la wapokeaji wageni, wakiwachunguza abiria kwa makini. F. K. alikuwa amesikia habari za Willy Gamba na hata alipata kumwona pia. Lakini wakati wanampisha, F. K. hakuweza kumtambua Willy. Mawazo ya F. K., Paul na Fouche yalikuwa kwa Bon na Rocky na hawakumfikiria Willy hata chembe, mbali ya kumtambua.

Alipofika nje ya jumba la uwanja wa ndege, Willy alikuta madereva wa teksi wakigombania abiria. Ingawa teksi za kawaida huwa haziruhusiwi uwanjani hapo, siku ile zilijaa tele. Ziliruhusiwa kwa vibali maalumu kutokana na haja na umuhimu wa kuwahudumia wageni ambao walikuwa hawajawahi kufika nchini hata mara moja.

"Oh! Mzee, njoo huku," dereva mmoja wa teksi aliyemfahamu Willy alimwita wakati madereva wengine wa teksi wakimwandama na kumsihi akodishe teksi zao.

"Oh! Omari, habari za siku nyingi?" Willy alimsalimia dereva huyo wa teksi aliyetokea kumfahamu.

"Nzuri tu, mzee, ila wewe tu umepotea." Omari alijibu, kisha akaupokea mkoba wake na kuelekea mahali alipokuwa ameegesha teksi yake.

"Sababu ya biashara, bwana. Siku hizi imekuwa ngumu," Willy alijibu.

Wakati walipokuwa karibu kuondoka, Willy alisita.

"Hebu subiri kidogo, kuna kitu nimekumbuka." Willy alimwambia Omari.

Omari, ambaye alikuwa tayari ameitia moto teksi yake, aliizimisha. Ilikuwa ni jambo la kawaida kwa Willy kukodi teksi ya Omari.

Mara nyingine Omari alimwachia Willy hiyo teksi aiendeshe mwenyewe kwa malipo fulani.

Baada ya kupanga na kupangua akilini mwake, aliamua kuwangojea wenzake ambao wangekuja kwa ndege ya pili.

"Omari, samahani kwa usumbufu nitakaoufanya. Kuna mahali ambako nataka niende, lakini nataka niende nikiwa peke yangu. Je, sijui utakuwa radhi kuniachia teksi yako ili nikafanyie shughuli yangu? Wewe unaweza kusafiri katika gari nyingine yoyote. "Mambo mengine kama kawaida yetu." Willy alisema.

Bila kusita, Omari alikubali ombi la Willy. Alijua fika kwamba Willy alikuwa kizito na kila alipoichukua teksi yake kwa shughuli zake kwa muda mfupi alikuwa akimlipa fedha nyingi ambazo, kwa malipo ya kawaida angezipata baada ya kufanya kazi kwa zaidi ya mwezi mzima!

"Bila shaka!" Omari alijibu kwa furaha. "Petroli katika tanki imejaa mzee, na gari, kama kawaida, halina matatizo. Baada ya kumaliza shughuli zako utanipigia simu kunijulisha, hata kama ni baada ya juma zima."

"Ahsante!" Willy alijibu huku akichukua swichi ya gari. Omari alimuaga Willy na kuambaa zake.

Omari aliachana na Willy kwenye maegesho ya magari ya uwanja wa ndege. Katika gari la sita katika safu kutoka alipokuwa Willy, F. K. pamoja na wenzake walikuwa wamekaa ndani. Humo ndani ya gari walikuwa wakisubiri maadui zao ambao wangefika kwa ndege ya pili.

"Mimi nafikiri niwaache maana hakuna usalama tukionekana pamoja. Nisingependa mambo yetu yagunduliwe kabla hata hatujaianza kazi." F. K. aliwashauri wenzake.

"Wewe nenda. Kazi hii sisi ni saizi yetu. Mambo yote tuliyoyataka umefanya. Kazi yako umeimaliza." Paul alimruhusu.

"Nawatakia heri na fanaka." F. K. aliwaambia wakati akiondoka kuelekea kwenye gari lake jingine ambamo Tondo alikuwa anamsubiri.

"Ahsante!" Paul alijibu.

Bila kujua, Willy, Paul na Fouche walikuwa wakisubiri wageni walewale, lakini kwa nia na madhumuni tofauti. Ndege iliwasili mapema kuliko ilivyotarajiwa. Ilifika saa tano na dakika kumi.

"Ndege hii imewahi kuondoka Dar." Willy alijisemea moyoni huku akiwa tayari kwenda kuwapokea wenzake. Paul na Fouche walitoka kwenye gari lao mara moja na kujichanganya na wapokeaji wageni wengine waliofika hapo uwanjani.

Ndege ilisimama na abiria wakateremka kama kawaida. Willy alikuwa tayari amejigeuza kimawazo na kimazingira kutokana na ujuzi pamoja na uzoefu wa muda mrefu katika kazi hii. Alijibanza kwenye nguzo moja kama asiyekuwa na hili wala lile. Hata hivyo, kutoka mahali alipokuwa amejibanza, aliweza kumwona kila mtu aliyetoka nje ya jumba la uwanja wa ndege. Paul na Fouche pia, wakitumia ujuzi wao, wakajitosa kwenye vurugu la wapokeaji wageni kiasi kwamba hakuna mtu ambaye angewashuku kwa kitu chochote. Hii ilitokana na kwamba wao hawakuwa Wazungu peke yao hapo uwanjani. Abiria waliotoka nje ya jumba la uwanja wa ndege mapema walikuwa ni wale waliosafiri na mizigo myepesi.

Hatimaye, Rocky Malele alitokea. Paul alimgusa Fouche begani na wote wakamtambua Rocky. Willy naye alimwona Rocky, lakini akaendelea kubana. Rocky aliangaza huku na kule kisha akaamua kupanda Kombi ya Shirika la Taifa la Huduma za Kitalii. "Wakati kama huu wa usiku ni vizuri kupanda gari la watu wengi kwa hadhari na usalama." Rocky alijisemea moyoni.

Kulikuwa na watu wengine ndani ya gari hilo, lakini lilikuwa bado kujaa. Hivyo, iliwabidi kusubiri abiri wengine zaidi. Paul, Fouche na Willy walimwona Rocky akipanda gari hilo.

Lakini jambo la kushangaza ni kwamba Bon hakutokea. Pande zote mbili zilitarajia angefika kwa ndege hii. Lakini kwa mshangao mkubwa, Bon hakuonekana kamwe.

"Twende zetu." Paul alimwambia Fouche. "Huyo Bon siku zake bado. Lakini leo ni siku ya kiama kwa Rocky."

Willy, ambaye alikuwa anachunguza pilikapilika za uwanjani hapo kwa makini, aliona Wazungu wawili wanaondoka na kuelekea kwenye gari lao. Katika chekecha yake akilini, Willy aliona kitu fulani kilichojitokeza kama hakieleweki. Ilikuwa kwamba alikuwa amewaona wakati anafika. Baada ya abiria kushuka kwenye ndege aliwaona tena Wazungu walewale. Ilionekana kwamba nao pia walikuwa wanamsubiri mgeni ambaye hakuwasili kwani wao pia walikuwa wapokeaji wageni wa mwisho kuondoka pale uwanjani.

Pamoja na hayo, Willy alijisemea, "Lakini inawezekana walikuwa wamekuja kuwapokea wageni wao halafu wakagundua kuwa hawakuwasili. Hii inawezekana na haina ubaya wowote."

Hata hivyo, Willy aliamua kuwapeleleza Wazungu hao. Alipowaona wakiingia kwenye gari, naye pia aliamua kuingia ndani ya gari lake. Mara gari alilokuwemo Rocky liliondoka.

"Tulifuate gari hilo," Paul alimwambia Fouche, ambaye alikuwa anaendesha.

"Itakuwa vigumu kulishambulia gari hili. Ingekuwa vizuri kama angekuwa amekodisha teksi yeye peke yake." Fouche alieleza.

"Kuna wakati atabaki peke yake. Usiwe na wasiwasi kwani tunayo siku nzima ya kufanya kazi hii." Paul alijibu.

Katika mlolongo wa magari yaliyokuwa yakitoka uwanja wa ndege, gari la akina Rocky lilifuatiwa na gari moja, halafu lilifuata gari la akina Paul na Fouche.

Willy alisubiri gari jingine lifuate gari la akina Paul ndipo naye aweze kujiunga na msafara huo wa magari. Alipotaka kuondoka aligundua kuwa tairi mbili za nyuma hazikuwa na upepo!

"Shenzi!" Willy alilaani.

Wakati F. K. alipokuwa anawaaga Paul na Fouche ili aende kwenye gari alilokuwa ameegesha, Chris Tondo alimwona Willy Gamba akitoka nje ya uwanja na kumtambua. Vilevile, wakati Chris Tondo alipokuwa afisa wa polisi aliwahi kumfahamu Willy kikazi na kimaisha. Kwa upande mwingine, Willy hakumweka Chris Tondo maanani. Kwa hiyo, hakumkumbuka.

"Nimemwona Willy Gamba." Tondo alimwambia F. K. Aliposikia hivyo F. K. alishtuka kwani alimfahamu Willy kutokana na umaarufu wake kama nilivyokwisha kusimulia. "Oh, yuko wapi?" F. K. aliuliza kwa mshangao mkubwa.

"Namwona amekaa ndani ya teksi ile."

"Basi, bila shaka na yeye anawasubiri." F. K. alisema. Anawasubiri akina nani?" Tondo aliuliza.

Pamoja na mambo yote ambayo Tondo alikuwa ameyafanya kwa wiki nzima, F. K. alikuwa hajamweleza kinaganaga operesheni hii ilikuwa ya namna gani. Baada ya kufikiri kwa muda aliona ni vyema kumweleza habari zote kwani kumficha Tondo kungeweza kusababisha makosa ambayo yangeweza kuleta hatari kubwa, hasa kwa wakati kama huu.

"Unajua Tondo, wewe nakuchukulia kama kaka yangu. Ni mtu ambaye nakuamini katika maisha yangu. Sasa naona wakati umefika wa kukueleza kinaganaga juu ya shughuli yote hii." F. K. alimwambia Tondo na kisha akamweleza juu ya operesheni hii kuanzia mwanzo mpaka mwisho. Kisha alimalizia. "Hivyo, umefika wakati wako wa kulipiza kisasi dhidi ya serikali ya Tanzania. Kama ulivyowahi kuahidi, bila shaka utakuwa upande wetu."

"F. K. wewe ni wangu, na niko pamoja nawe. Naahidi kuwa nitatumia ujuzi wangu wa kipolisi kikamilifu ili nilipize kisasi changu cha kunionea na kunifedhehesha." Tondo aliahidi.

Hivyo, F. K. na Tondo walibaki ndani ya gari lao wakichunguza Willy alikuwa anafanya nini.

Wakati ndege ilipowasili na Willy akatoka kuelekea mahali alipojibanza ili kuwaangalia akina Rocky, Tondo aliteleza gizani mpaka kwenye gari la Willy. Hapohapo alitoa upepo kwenye matairi mawili ya nyuma.

"Nimemuweza!" Tondo alijigamba wakati akirudi kwenye gari lao. "Kazi hii itakuwa kubwa." F. K. alisema. "Itakuwa ni vita vya kutafutana; vita vya akili na ujuzi kwani wapelelezi mashuhuri wa Afrika naona wako hapa. Heri sisi tutangulie tuwape habari wenzetu halafu tujitayarishe kwa ajili ya mapambano makali. Hapa tulipo hatuna silaha hata moja. Kama tunapenda kuiona kesho, tumkwepe Willy. Kazi tuliyoifanya inatosha kwa leo. Willy anaweza kusubiri mpaka kesho. Waache Paul na Fouche nao wafanye kazi yao. Kesho tutakuwa tayari kummaliza Willy. Hata yeye mwenyewe ataingiwa na woga baada ya kusikia wenzake wameuawa."

"Nafikiri ingefaa tuhakikishe kama kweli Willy kaja hapa ili awapokee wenzake." Tondo alisema. "Ikiwa ni hivyo, itakuwa rahisi kwa Paul na Fouche kuwamaliza wote kwa wakati mmoja."

"Sidhani, maana hawawezi kusafiri wote pamoja, Tondo," F. K. alipinga usemi.

"Mimi ni jasusi na mchezo huu ninaufahamu. Paul na Fouche wanajua sana mchezo huu pia. Hivyo, waachie wao, wewe ni mchezaji wa riadha. Katika shughuli hii ya kijasusi ni vizuri kuwaachia wajuzi. Achana na Willy; yeye atakuwa windo letu hapo kesho."

Tondo alipowasha gari alijipenyeza kwenye msururu wa magari na kuondoka.

Wakati Tondo alipokuwa anatoa upepo kwenye matairi ya nyuma za gari la Willy, Lyimo alikuwa sehemu ile. Lyimo alikuwa mwizi mkubwa. Wizi wake ulikuwa ni ule wa kuvunja magari yaliyoegeshwa na kuiba vitu vilivyowekwa mle ndani. Siku ile alikuwa katika pilikapilika zake za wizi hapo uwanja wa ndege wa Kilimanjaro, baada ya kupata habari kuwa magari mengi yangekuwa hapo. Wakati huo Lyimo alikuwa hajabahatisha kuiba kitu chochote. Alikuwa amejibanza kwenye gari moja lililokuwa karibu na lile la Willy. Ndani ya gari lile, Lyimo aliuona mkoba ambao alikuwa anaunyemelea. Kwa muda mrefu alijaribu kufungua mlango wa nyuma wa gari lile. Mara akasikia mtu anasogea karibu na gari lililokuwa jirani. Aliinuka kidogo na kuchungulia. Alimwona mtu anakuja kwa kunyata. Kwanza kabisa, Lyimo alifikiri yule alikuwa mwizi mwenziwe. Lakini sura yake pamoja na jinsi alivyovaa, vilionyesha kuwa hakuwa mwizi. Aliona huyo mtu anatoa upepo matairi ya kwenye gari halafu akanyata na kupotelea mbali.

Lyimo aligundua kwamba gari lile lilikuwa teksi ya Omari ambaye alimfahamu sana. Ili kuchunguza zaidi kisa hiki, Lyimo alimfuata yule mtu na kuliona gari alimoingia. Alichukua kalamu yake na kuandika namba ya gari lile kwenye kiganja chake. Alitarajia kumweleza Omari kama angetokea kumwona. Mara nyingi alikuwa akimsaidia. Hivyo, aliona amepata nafasi ya kulipa wema angalau kwa kitendo hicho kidogo.

"Mimi ni mwizi." Lyimo alijisemea moyoni. "Ninaiba ili nipate fedha za kuniwezesha kuishi. Lakini watu wengine ni waharibifu tu. Kwa mfano, mtu huyu amemsumbua mwenzake bure. Afadhali mara mia angekuwa amekusudia kuiba kitu."

Lyimo alizidi kushangaa alipoona lile gari linaondoka kuelekea mjini.

Wakati Willy alipokuwa anachunguza matairi ya gari, Lyimo alitokea.

"Habari gani, mzee?" Lyimo alimsalimia Willy kwa heshima.

"Nzuri!" Willy alijibu akiwa amemkazia macho Lyimo. Kisha aliendelea, "Ngoja kidogo." Willy alisogea mbele na kuandika namba ya gari la Wazungu lililokuwa linapita mbele yake, halafu akarudi, "Enhe, unasemaje?" Willy alimwuliza Lyimo.

"Mwenye gari hili ni rafiki yangu. Siyo gari la Omari hili?" Lyimo alimwuliza Willy.

"Ndiyo, na mimi pia ni rafiki yangu na amenikabidhi gari hili. Lakini ajabu ni kwamba nimekuta limepata pancha mbili sasa hivi!"

"Nimemwona mtu mmoja akitoa upepo ndani ya matairi haya," Lyimo alieleza.

Mara Willy alisikia kengele za ilani zinalia kichwani mwake. "Enhe! Alikuwa mtu wa namna gani?" Willy aliuliza kwa shauku kubwa.

"Alikuwa mtu mmoja nadhifu sana. Mwanzo nilifikiri ni mwizi, lakini nilipomchunguza hakuonyesha dalili za kuwa mwizi. Aliingia kwenye gari ambamo mlikuwa na mtu mwingine, wakaondoka zao. Hata hivyo, mimi nilichukua nambari za gari hilo ambazo ni ARKK 567." Lyimo alimwambia Willy huku akisoma kwenye kiganja chake.

Willy alizikariri namba hizo kwa mshangao na kujiona alikuwa na bahati ya jaha.

"Wewe unaitwa nani?" Willy aliuliza.

"Naitwa Lyimo."

"Na wewe pia ni dereva wa teksi?"

"Hapana, mimi ni shanta."

"Shanta maana yake nini?"

"Mimi huwasidia madereva kuendesha magari yao kama wana usingizi. Huwa naendesha magari yao halafu wao huwa wananipa chochote kama ujira," Lyimo aliongopa.

Wakati huo akili ya Willy ilikuwa inafanya kazi harakaharaka. Mara alipata jawabu.

"Ninaweza kupata gari jingine hapa?"

"Subiri niangalie." Lyimo alijibu na kuondoka. Punde si punde Lyimo alirudi na kijana mmoja. "Huyu anaitwa Tarimo, ni rafiki yangu vilevile. Hata Omari ni rafiki yake pia, "Lyimo alimjulisha Tarimo kwa Willy.

"Aah, mimi naitwa Willy. Omari ni rafiki yangu. Kaniachia gari lake lakini nimepata mkasa!"

"Sasa unataka tukusaidie nini?" Tarimo aliuliza.

"Unayo pampu?" Willy aliuliza.

"Ndiyo!" Tarimo alijibu.

"Nafikiri kama utakubali nikodi gari lako, itakuwa vema zaidi. Nitakulipa shilingi elfu tatu. Jaza upepo kwenye matairi ya gari la Omari halafu tuonane kesho asubuhi huko New Arusha Hotel. Gari lako utalikuta hapo."

Bila kuchelewa Willy alianza kutoa fedha na kumhesabia Tarimo. Tarimo aliona amepata ngekewa. Tarimo alipokea fedha kutoka kwa Willy na Lyimo akabeba mizigo ya Willy, wakaelekea kwenye gari la Tarimo.

"Lyimo umenisaidia sana. Chukua hizi shilingi mia tano ukanywe angalau bia moja." Willy alimwambia Lyimo.

"Lo! Ahsante sana. Siku nzima leo nilikuwa sijapata kitu. Mungu akuzidishie"

"….Amina!" Willy alijibu huku akifikiria namna Lyimo alivyokuwa amesaidia bila kujua.

"Kesho asubuhi." Tarimo alisema.

"Kesho asubuhi." Willy alijibu na kuondoka.

"Sasa ni lazima niyakamate yale magari yaliyotangulia." Willy alisema moyoni.

Gari la Tarimo lilikuwa aina ya Peugeot 404 lililoanza kuzeeka ingawa lilikuwa na nguvu za kutosha. Tangu yale magari yaliyotangulia yaondoke zilikwisha pita dakika kumi na tano. Willy alilipamba moto gari na kuliendesha kwa mwendo mkali sana. Wakati akiendesha, Willy aliyafikiria yaliyotokea pale uwanja wa ndege. Na ajabu zaidi, Willy alimfikiria Bon Sipele ambaye hakuonekana hapo uwanja wa ndege kama ilivyotazamiwa.

***

Karibu na mpakani, katika sehemu ya Tengeru, nje kidogo ya mji wa Arusha, Willy aliyafikia magari yaliyokuwa yametangulia. Alilipita gari moja ndipo akaliona lile lililokuwa linaendeshwa na Wazungu. Vilevile aliiona ile Kombi aliyojipakia Rocky. Hivyo, aliamua kubana nyuma ya magari hayo.

Kituo cha kwanza cha ile Kombi kilikuwa Saba Saba Hotel. Rocky alikuwa amemwambia Willy kuwa angefikia Equator Hotel. Alipofika Saba Saba Hotel na kuona ile Kombi pamoja na gari la Wazungu yanaongozana kwenda hoteli hiyo, Willy aliamua kwenda moja kwa moja akabane Equator Hotel. Alifanya hivyo ili akaone kama alivyokuwa akifikiria ilikuwa kweli. Akiwa ameegesha gari katikati ya magari mengine karibu na Safari Hotel, aliiona ile Kombi inasimama pale Equatar Hotel. Watu watatu, wakiwa na mizigo, waliteremka, Rocky akiwa ni mmoja wao. Punde si punde, Willy aliona gari lile la Wazungu linaegeshwa karibu na hotel hiyohiyo, lakini kwa upande mwingine wa barabara.

Mzungu mmoja aliteremka katika gari na kuelekea huko hotelini. Willy alisubiri. Baada ya dakika kumi hivi, yule Mzungu alirudi na kuingia ndani ya gari. Willy aliendelea kusubiri. Alipoangalia saa yake aliona kuwa ilikuwa yapata saa sita usiku.

Ilipofika saa saba usiku, Paul alimwambia Fouche, Sasa twende mimi nitapitia kwa nje, wewe utapitia kwa ndani. Kama nilivyokueleza, chumba chake kiko kwenye pembe ya kulia. Huwezi kukikosa kwani utakwenda moja kwa moja.

Mimi nitaingia kupitia dirisha la bafuni ambalo ni kubwa la kutosha kuniwezesha kuingia ndani. Bila shaka atakuwa amelala."

Walitoka ndani ya gari na kutokomea gizani. Willy naye alitoka ndani ya gari baada ya kuwaona Wazungu wale wametoweka gizani. Akaenda kwenye kijumba cha simu kilichokuwa kando ya barabara. Alipiga simu Equator Hotel kwani aliyokuwa anatuhumu yalijidhihirisha kuwa ni ya kweli.

"Hallo, Equator Hotel," Simu iliitika.

"Nipe mapokezi." Willy aliomba.

"Mapokezi hapa," Willy alijibiwa baada ya kitambo. "Rocky Malele yupo chumba gani?" Willy aliuliza.

"205!"

"Nipe nizungumze naye."

Baada ya muda kidogo, sauti ya Rocky ilisikika. "Hallo, Rocky hapa!"

"Willy hapa! Willy aliitika na kisha aliendela, "Chunga, tai wawili wanataka kula nyama sasa hivi."

"Chunga.." Rocky aliitikia huku akiweka simu chini. Aliinuka haraka kutoka kitandani na kuchukua bastola yake alipokuwa ameiweka, akaikagua.

Willy naye alitoka kwenye kibanda cha simu, akaigusa kwa chati bastola yake huku akitabasamu.

*** *** ***

Ilikuwa saa saba za usiku. Mjini Nairobi, Maina na Mwaura walipanda ua na kuingia ndani ya uwanja wa jumba la kifahari la Peter Gerrit. Waliangaza macho na kumwona mlinzi aliyekuwa bado amekaa kwenye kijumba chake akisinzia. Waliizunguka nyumba kwa uangalifu mkubwa ili waweze kupata mahali pazuri pa kuingilia ndani.

"Wewe zunguka kulia na mimi nizunguke kushoto, kisha tukutane huko mbele," Maina alimweleza Mwaura. "Jaribu kuangalia mahali pazuri pa kuingilia."

"Sawa, mzee."

Walipokutana, Mwaura alimwambia Maina. "Kuna mlango hapo pembeni ambao nafikiri utatuelekeza jikoni."

"Funguo malaya unazo?"

"Ndiyo."

"Na kufuli ni la aina gani?"

"Ni la kawaida. Nitafungua, hamna taabu." Mwaura alijibu. Huku kila mmoja wao akiwa ameweka bastola yake tayari waliufungua mlango huo. Walipoingia walijikuta wamo jikoni. Maina alimulika tochi na kuona mlango mwingine. Walipoufungua na kujitoma ndani walijikuta kwenye chumba kikubwa. Walihisi hicho kilikuwa chumba cha chakula kwani humo ndani ilikuwemo meza kubwa iliyozungukwa na viti visivyopungua kumi na vinane, wakichukua hadhari kubwa, walisonga mbele wakichunguza chumba hadi chumba. Jumba lenyewe lilikuwa kubwa kiasi cha mtu kuweza kupotea akiwa ndani yake!

"Shii!" Maina alimtahadharisha, Mwaura. Alifanya hivyo kwa sababu alikuwa amesikia kitu kama mashine ya teleksi inalia kutoka kwenye chumba alichokuwa anatazamana nacho huku akimwonyesha ishara abaki nyuma ili aweze kumsaidia iwapo ingetokea shida yoyote, Maina aliufungua mlango ule. Mle chumbani hamkuwa na mtu, lakini bado alisikia mlio wa mashine ukiongezeka. Aliangaza huku na huko, ndipo kutokana na uzoefu wa siku nyingi wa kazi yake, alipouona mlango aliokuwa akiutafuta. Alibonyesha kidude fulani hapo ukutani na mlango ule ukafunguka. Mwaura alichungulia ndani. Akamwashiria Maina amfuate baada ya muda mfupi. Aliingia ndani na kuufunga mlango.

Aliziona ngazi zinazoelekea chini ambazo alizifuata. Sasa alikuwa na hakika kuwa ndani ya jumba hilo yalikuwemo mambo ya ajabu. Alijiweka tayari wakati akizidi kuteremka chini.

Aliufikia mlango mwingine. Huku ameweka bastola tayari, aliufungua. Hapo alijikuta kwenye ukumbi mkubwa uliomdhihirishia kuwa alikuwa kwenye sehemu za ofisi.

Alitega tena masikio yake akagundua chumba ambacho mlio wa mashine ulikuwa ukitokea.

Akaangaza huku na huko. Alianza kufungua ule mlango. Kwanza aliufungua kidogo kiasi cha kumwezesha kuchungulia ndani. Aliwaona Wazungu watatu wakiangalia mashine kubwa ya kompyuta ikileta habari. Wawili kati yao walikuwa wamesimama na yule wa tatu aliyekaa Maina alimtambua kuwa ni Peter Gerrit. Aliweza kumtambua kwani walikwisha wahi kuonana wakati wa upelelezi kuhusu mauaji yaliyotokea katika visiwa vya Shelisheli.

Aliufungua mlango kidogo, kisha akafikiri, halafu akaufungua ghafla na kwa nguvu.

"Hapohapo mlipo!" Maina aliamuru kwa sauti kali "Mtu akileta ushenzi amekufa! Mikono juu!"

Waligeuka na, bila kubisha, waliinua mikono juu. Bila kupoteza wakati, Maina alisoma maandishi yaliyokuwa yamejitokeza kwenye ile machine.

"LAZIMA UTUONGEZEE WATU MAANA HATUTAKI KUSHINDWA IKIWA HATA HUYU GAMBA YUKO HAPAHAPA.JIBU:

Ghafla maandishi yalifutika.

"Peter, Jibu!" Maina alimwamuru Peter. "Nijibu nini?"

Wakati huo Maina alikuwa tayari amewafikia na kuwapekua ili kuona kama walikuwa na silaha. Alikuta wale Wazungu wengine wanazo bastola ambazo aliwanyang'anya na kuzitupa kando.

"Maina, mbona unanifuatafuata? Kazi yako unaitaka au huitaki?"

"Naitaka sana, Peter na safari hii huwezi kunipo…"

Ghafla chumba kikawa giza. Maina alijirusha kutoka aliposimama na kuanguka kando. Wakati huohuo, risasi zikimiminika pale alipokuwa amesimama. Naye aliyajibu mashambulio hayo kwa kufyatua risasi huku akijiviringisha chini.

"Oh, nakufa!" sauti ya mtu ilisikika.

Watu waliobaki waliufungua mlango na kukimbilia nje. Maina alisikia risasi zinalia, akajua Mwaura naye alikuwa kazini. Aliinuka haraka na kuufungua mlango. Pale ukumbini alikuta maiti mbili. Alikimbia kuelekea sehemu aliyosikia mlio wa risasi. Mwaura alikuwa amefanya kazi kubwa. Mara aliona maiti nyingine moja. Mambo yalikuwa yanakwenda chapuchapu. Kumbe katika sehemu hiyo kulikuwa na ngazi nyingine. Maina alizikwea ngazi hizo. Mwisho wa ngazi hizo, yaani ukumbini, alimkuta Mwaura ameanguka chini baada ya kupigwa risasi kifuani.

"Bosi, wamebaki wawili tu, wawahi!" Mwaura alisema kwa maumivu.

"Mwaura! Mwaura!" Maina aliita kwa uchungu Mwaura, aligeuza macho na kumtazama Maina, kisha akakata roho.

Machozi yalimtiririka Maina.

"Umekufa kishujaa, Mwaura, nami nitakulipizia kisasi. Natoa ahadi!" Kwa haraka alikimbia kumfuata Peter, lakini alikuwa amechelewa kwani alisikia gari linawashwa na kuondoka kwa kasi.

Alirudi ukumbini ambamo mlikwepo simu. Alipiga simu nyumbani kwa Mkurugenzi wa Upelelezi.

"Ni nani…?" Mkurugenzi aliuliza kwa sauti ya kulalamika. Lakini maelezo ya Maina yalifuta mawazo yake.

"Peter amekimbia. Mwaura ameuawa katika mapambano. Majasusi sita yameuawa. Maiti zao zote ziko hapa chumbani. Naomba polisi wafike haraka ili waweze kuchukua ushahidi wa wazi. Vilevile, viwekwe vizuizi kwenye barabara zitokazo mjini hapa. Wasiliana na mwenzako huko Tanzania. Nataka kujua Willy Gamba yuko wapi."

"Sawasawa. Tuonane ofisini saa kumi na mbili.

Nafikiri hapa kuna kazi kubwa," Mkurugenzi alijibu.

"Kwaheri, mzee! Maina alisema halafu akaweka simu na kuondoka.

***

Fouche alikwenda katika sehemu ya mapokezi ya Equator Hotel. Mhudumu wa mapokezi alikuwa anasinziasinzia pale kwenye kiti chake cha kazi.

Aliangalia kwenye bodi ya funguo na bila kusita akamwambia mhudumu, "Chumba mia mbili na ishirini."

Yule kijana, bila hata kumchunguza Fouche, alichukua funguo, akampa na kuendelea kupiga usingizi.

Fouche alipanda mpaka ghorofa ya pili na kwa hadhari kubwa, alielekea chumba namba 205.

Paul alizunguka na kuuchunguza ukuta kisha akavaa mifuko yake ya mikono. Mifuko hiyo ilikuwa ya namna yake kwani iliweza kushika ukutani kama sumaku. Hivyo, ilimwezesha kupanda ukuta bila matatizo. Aliangalia saa yake halafu akaanza kukwea.

Baada ya Rocky kupata simu ya Willy iliyomtahadharisha, alitengeneza kitanda chake vizuri. Alikunja blanketi na kulifunika na shuka kwa namna ambayo ilitoa umbo la mtu aliyelala. Baada ya kufanya hivyo, alibana mahali na kusubiri.

Akiwa katika hali ya kunyata, Willy alijipenyeza kwenye njia kati ya Equator Hotel na jengo la Posta kwa upande wa kulia. Kwa bahati tu alimwona mtu anaelekea kwenye ukuta. Mara akamtambua ni nani. Aliendelea kunyatia mpaka akaufikia usawa wa mtu yule ambaye wakati huo alikaribia kushika dirisha.

"Shii!" Willy alitoa sauti ya kushtua mtu.

Paul aligeuka kumtazama mtu aliyetoa sauti hiyo. Kutokana na mwanga wa mbalamwezi alijikuta anautazama mdomo wa bastola.

Willy alimwamuru ateremke, vinginevyo angekula risasi ya matako. Kufumba na kufumbua Paul alifyatuka kama risasi na kumwangukia Willy. Willy alipiga risasi ambayo ilimkosa Paul na wote wakaanguka chini. Bastola ya Willy ilidondoka umbali wa kama futi sita kutoka mahali walipokuwa. Hapo ndipo vita vya mkono vilipoanza. Willy atitaka kupiga mbio kuelekea kwenye bastola lakini Paul alimuwahi kwa kumrukia palepale chini. Hata hivyo Willy alimpiga teke-farasi, na Paul akaanguka upande mwingine lakini akaamka haraka. Hapo ndipo wote walipogundua kuwa wamepambana wajuzi watupu. Hapo mwanzo Paul alifikiri huyu alikuwa askari wa kawaida, lakini sasa alikuwa na mawazo tofauti.

Kupambana naye bila kutumia silaha isingewezekana. Alijaribu kutoa bastola yake iliyokuwa kwenye mkoba wake chini ya kwapa. Lakini Willy aligundua janja yake, akamuwahi kipigo cha kareti kilichomfanya Paul aone nyota. Palepale Paul alitoa mapigo manne ya kareti harakaharaka, lakini Willy aliyaona. Willy alimgeuzia mtindo wa kupigana. Alimpiga Paul teke la kinenani lililomwangusha chini na kumsababishia maumivu makali. Alimrukia ili ammalize kabisa, lakini Paul alijiviringisha kando na Willy akamkosa. Lakini alijirusha tena kabla ya kutua na kumuwahi Paul, ambaye wakati huo alikuwa amechomoa bastola. Aliipiga teke, nayo ikafyatua risasi wakati ikitoka mikononi mwa Paul. Teke lile liliuvunja mkono wa kulia wa Paul. Paul aliamka ili akimbie, lakini Willy alimuwahi kwa kumpiga ngwara. Paul alipoanguka chini, Willy alimpiga teke ambalo lilivunja mbavu tatu hivi za upande wa kulia na hapo ujasiri ukamwishia. Paul akabaki anagwaya.

"Ninyi ni nani?" Willy alimwuliza Paul, huku amembana barabara pale chini hata asiweze kufurukuta.

"Sisi ni Wazungu," Paul alijibu kwa jeuri maana alijua kuwa hata angejibu kwa adabu na heshimu huo ndio ulikuwa mwisho wa maisha yake. Alikumbuka jinsi alivyokwisha waweka watu wengine katika hali kama aliyokuwemo kwa wakati huo. Kwa mara ya kwanza, katika maisha yake, alijiwa na woga na hali ya kuogopa kifo. Hata hivyo, alijua huu ndio ulikuwa mwisho wake kwani hapakuwa na njia ya kujiokoa.

"Wenzako wako wapi?" Willy aliuliza kana kwamba alikuwa akijua fika mahali walipokuwa.

"Niko peke yangu tu," Paul alijibu wakati akisikia maumivu makali kutoka mbavuni.

"Aah, kumbe bado unafanya mchezo?" Willy alitishia.

"Kama ni kuniua si uniue tu? Unataka nini zaidi?" Paul alimuuliza Willy.

"Kwanini hujibu maswali yangu, vinginevyo bado unayo safari ndefu ya kwenda."

"Hutapata jibu hata chembe. Unapoteza muda wako." Paul alijibu kwa dharau.

Kama wewe ni Kaburu, basi leo umefika kwa wazalendo wa Afrika. Utakiona cha mtema kuni. Kama hutaki kifo chako kiwe cha maumivu makali, bora uanze kusema." Willy alimwambia huku akiziminya mbavu za Paul zilizovunjika. Paul alisikia maumivu makali ambayo alikuwa hajawahi kusikia maishani mwake. Lakini pamoja na uchungu wote huo, ilikuwa ni sheria ya Kulfut kwamba hakuna askari wake atakayetoa siri, bali kutafuta njia ya mkato ya kujiua ili kupunguza muda wa mateso.

"Sema wenzako wako wapi, Kaburu wee!" Willy alimuuliza huku akizidi kumminya mbavu kwa kukaza zaidi mkono wake.

Mara alishtukia Paul anatoa ulimi wake nje ghafla, halafu akaukata kwa meno yake kama mkasi.

"Shenzi mkubwa wee!" Willy alitukana. Kaburu alikuwa ameamua kujiua kwa njia ya ajabu sana. "Kweli tunayo kazi maana majasusi haya ya makaburu siyo watu wa kawaida." Willy alijisemea moyoni.

Fouche aliendelea kuziparamia ngazi kama kwamba naye alikuwa mgeni aliyefikia hoteli hiyo. Alipofika chumba namba 205, aliangaza macho huku na huko, halafu akatoa bastola yake na kujiweka tayari kwa rabsha yoyote iwayo. Kama ilivyo desturi, bastola yake ilikuwa na kiwambo cha kuzuia sauti. Alichukua funguo zake malaya akafungua kufuli la mlango.

Rocky, ambaye alikuwa ndani amezima taa, lakini akiwa amevuta pazia kuacha mwanga wa mbalamwezi uingie kidogo, alisikia kwa mbali kufuli ikifunguliwa.

Hivyo, akajiweka tayari.

Fouche aliridhika kwamba kufuli haikupiga kelele kiasi cha kumshtusha Rocky. Hivyo, alishika komeo. Kwa kasi ya umeme, Fouche aliufungua mlango na moja kwa moja akamimina risasi kama kumi pale kitandani. Halafu aliingia chumbani na kuwasha taa huku akiangaza kitandani.

"Umefanya kazi nzuri." Rocky alisema kwa sauti ya kibehi. Fouche aligeukia kule sauti ilikokuwa inatokea na palepale akagundua jinsi alivyokuwa amedanganywa. Alijua mambo yamekuwa mambo. Hivyo, akafyatua risasi, lakini Rocky alikuwa tayari amekaa imara. Alimpiga Fouche risasi moja ya kifua, akaanguka chini.

Mara Rocky alisikia kitu kinadondoka bafuni. Aliruka ili azime taa. Hapohapo mlango wa bafu ukafunguliwa haraka kabla hajawahi kuzima taa. Huku bastola zikiwa zimeelekeana, Rocky alishangaa kumuona Willy.

"Chunga sana, Willy," Rocky alisema, "siku nyingine unaweza kuumia."

"Mimi nafikiri wewe ndiyo uchunge zaidi; ongeza wepesi." Willy alijibu.

Wote wakacheka.

"Umempiga sachi?" Willy aliuliza akiwa ametupa macho yake kwenye maiti ya Fouche.

"Zaidi ya hiyo bastola yake …. hana kitu kingine." Rocky alijibu.

"Hata yule wa nje hana kitu." Willy aliongeza. Rocky alielewa mara moja.

"Hivi ulijuaje nia ya watu hawa? Kama si wewe Willy, mimi ningekuwa maiti hivi sasa."

"Hivyo ndivyo faida ya kuwa wengi," Willy alisema.

"Hebu chukua vitu vyako tuondoke hapa. Nitakueleza zaidi wakati tukiwa njiani."

Waliondoka chumbani humo kwa kupitia dirishani.

SURA YA SABA

Arusha

Ilikuwa saa moja asubuhi wakati F. K. alipoliegesha gari lake. Akitembea kwa haraka sana, aliingia nyumbani. Majasusi yote yalikuwa yanamsubiri kwa hamu.

"Enhe, imekuwaje?" George aliuliza.

"Paul na Fouche wameuawa." F. K. alijibu.

"Nini?" Dave aliuliza kwa ghadhabu.

"Wamekufa," F. K. alieleza.

"Polisi wanasema maiti zao zimekutwa Equator Hotel. Sasa hivi polisi wanafanya upelelezi kwani watu hao hawana rekodi kuhusu kuwepo kwao nchini. Zaidi ya hayo, hakuna jibu lolote kutoka kwa Peter, sijui kumetokea nini!"

"Mungu wangu! Haya, Peter ameuawa?" Dave aliuliza.

"Sijui, lakini hakuna jibu. Ninahisi kuna kitu kimetokea."

"Ok. Sasa kazi imeanza. Katika mchezo huu, mambo kama haya sharti yatokee. Hivi Bon na wenzake wametupiku! Sasa ni zamu yetu kufunga kazi. F. K. kazi yetu ya usiku wameisha izungumzia?" George aliuliza.

"Kati ya wale watu wawili ni afisa mmoja tu wa wapigania uhuru ambaye ameuawa. Yule wa Saba Saba Hotel alikuwa mfanyabiashara, kwa hiyo chumba kimekosewa." F. K. alijibu kwa sauti ya woga.

"Nafikiri ni lazima uifanye kazi yako vizuri, F. K. sharti ulete habari sahihi maana kazi kubwa iko leo usiku. Kusema kweli, kama mtafanya mchezo mtateketea wote. Ninyi wenyewe mmeona jinsi Paul na Fouche walivyoangamia. Inatubidi kujizatiti na kufunga kazi haraka. Jambo moja lazima niwahakikishie: hakuna kushindwa, sawa?" George alisema kwa ukali.

"Sawa!" wote walijibu kwa pamoja.

"Ok, tuendelee na maelezo kuhusu mipango ya mashambulizi ya siku nzima," George alishauri. Wote walisogea ili kila mmoja wao ajue kazi yake na jinsi ya kuitekeleza.

***

Saa tatu juu ya alama Bon Sipele alipiga hodi kwenye mlango wa chumba cha Willy, huko New Arusha Hotel, kama walivyopanga jana yake.

"Hallo, vipi?" Bon alimsalimia.

Rocky alikuwa amejilaza kitandani.

"Wewe ni mchawi nini? Ulipotelea wapi?" Willy aliuliza.

"Wewe mwenyewe unajua kwamba kujibadilisha kama kinyonga na kuwapoteza watu ndiyo mchezo wangu." Bon alimjibu kwa mzaha.

"Hivi ulipita palepale? Sidhani. Hata mimi nisitambue?" Willy aliuliza kwa mshangao.

"Mimi nilikuona umejibanza kwenye nguzo. Nilikurushia busu la uzima halafu nikawahi kwenda kulala ili leo niamke safi," Bon alijibu.

"Si kitu. Sitaki kujua ulitoka vipi." Willy alisema.

"Inatosha kukuona mzima kwani tulikuwa na wasiwasi huenda umetekwa nyara. Huo ukinyonga wako uweke uwe siri yako, kwani huenda utakufaa baadaye, maana kusema kweli ulitupotea kishenzi. Hapo hata mimi nimekuvulia kofia."

"Enhe, imekuwaje, mbona yaonekana kama kwamba ninyi nyote mmelala humu? Maana naliona sanduku la Rocky. Equator hotel ilijaa?" Bon aliuliza.

"Ilijaa?" Rocky alidakia. "Hebu Willy ampashe kabla hajauliza mengi!

"Sisi bado hatujalala kama wewe. Mpaka sasa lazima ujue kwamba majasusi yameshaingia hapa. Zaidi ya hayo, jana usiku tumepambana nayo!" Willy alimweleza yote yaliyotendeka usiku ule. Bon alisikiliza kwa mshangao mkubwa.

***

Ilikuwa muda wa saa mbili na nusu asubuhi. Peter Gerrit alikuwa anazungumza na maafisa wa Uhamiaji na Ushuru wa Forodha wa upande wa Tanzania. Alidai alikuwa anakwenda Arusha kuhudhuria mkutano wa wapigania uhuru. Pasipoti yake ilimtambulisha kama Askofu Peter Jackson kutoka Zimbabwe. Alipitishwa mpakani harakaharaka bila kushukiwa.

Wakati uleule Mike Maina alikuwa na mazungumzo na Mkurugenzi wake ofisini.

"Kama Willy yuko Arusha, basi wasiwasi wangu umekwisha." Mike alisema.

"Kwa vipi?"

"Kwa sababu hao wageni ni majasusi ya Makaburu na tayari yako Arusha. Aidha, Peter yuko Arusha ambako ndiko alikokimbilia jana ili kuungana na wenziwe."

"Sawa kabisa. Sasa?" Mkurugenzi aliuliza.

"Sasa naomba umuarifu mwenzako huko Dar es Salaam kuwa mimi niko njiani kwenda kuungana na Willy na wenzake. Hii ni lazima kwani nilimwahidi marehemu Mwaura kwamba nitalipiza kisasi dhidi ya Peter Gerrit." Maina alisema.

"Umeruhusiwa," Mkurugenzi alisema. "Heri uende kuongeza nguvu dhidi ya majahili hayo yenye nia ya kuuhujumu mkutano wa ukombozi kusini mwa Afrika."

"Ahsante mzee." Maina alishukuru.

"Nakutakia kila la heri."

"Nashukuru."

"Ukifika Arusha, utamkuta Willy New Arusha Hotel. Atakuwa na habari zako. Matayarisho mengine yamekamilika," Mkurugenzi alimaliza.

Mike aliondoka. Wakati anateremka ngazi, alianza kumfikiria Willy Gamba. Walifanya kazi pamoja huko Angola.

"Mbona itakuwa hatari." Alijisemea huku akitabasamu. Aliangalia saa yake ikaonyesha kuwa ilikuwa saa tatu asubuhi.

"Chakula cha mchana leo nitakula mjini Arusha." Maina alijisemea tena.

"Hallo, naomba kuzungumza na ndugu Hamisi."

"Wewe ni nani?" Sauti ya Katibu Muhtasi ilisikika.

"Mwambie ni mdogo wake aitwaye Willy."

"Mbona yeye analo jina la Kiislamu na wewe la Kikristo? Utakuwaje mdogo wake?"

"Kamuulize."

"Haya, baba subiri."

Baada ya kitambo kidogo, Willy alisikia sauti kwenye simu.

"Hallo, Hamisi hapa."

"Willy, shikamoo mzee."

"Marahaba. Vipi unaingia mji wa watu bila kuwaona wenyeji?"

"Hivi sasa ndiyo nawaeleza wenyeji kuwa nipo." Willy alisema.

"Sawasawa. Vipi sasa unakuja?"

"Nisubiri. Nitakuwa ofisini kwako mnamo dakika tano zijazo."

Willy alimpigia simu Hamisi akiwa kwa rafiki yake anayekaa karibu tu na ofisi ya upelelezi ya Mkoa. Hivyo, haikumchukua muda mrefu kufika ofisini hapo.

"Eh, wewe binti ndiye unayetaka kujua ndugu za mkubwa wako wa kazi?" Haya niulize vizuri au umeshamuuliza?" Willy alimwambia katibu muhtasi kwa utani.

Msichana yule alimwangalia Willy kwa jicho la wizi. Alimwona ni kijana mwenye sura ya kupendeza na nadhifu. Roho ilimdunda.

"Aha! Wewe ndiye Willy?" aliuliza.

"Bila shaka," Willy alijibu.

"Kaka yako anakusubiri. Amesema ukifika ingia moja kwa moja." Yule msichana alisema huku akirembua macho.

Willy naye alimtolea tabasamu la mwaka, akamwacha amebung'aa.

"Lo! Mwanaume huyu anaweza kukutia kiwewe maana anavutia hasa." Yule msichana alibaki anajisemea kimoyomoyo.

Willy alifungua mlango na kuingia ndani ya ofisi ya Mkuu wa Upelelezi wa Mkoa.

"Karibu, Willy!" Hamisi alitabasamu.

"Ahsante, mzee!" Willy alimjibu mzee Hamisi.

"Kazi iliyofanyika usiku nimearifiwa."

"Vizuri."

"Sijui watu hao wamewezaje kuingia nchini humu maana polisi na sisi pia tulifanya tulivyoweza kuhakikisha kwamba watu wanaostahili tu ndio walioingia nchini!"

"Mzee Hamisi lazima ufahamu kuwa watu hao ni majasusi ya hali ya juu. Hivyo, usione ajabu jinsi walivyoingia kwani hiyo ni moja ya kazi yao." Willy alieleza.

"Ni kweli, Willy. Mimi nimeogopa sana. Jana usiku mpigania uhuru mmoja aliuawa kati ya saa tisa na saa kumi akiwa uhuru chumbani mwake huko Mount Meru Hotel. Kutokana na kazi mliyoifanya, inaonesha kwamba watu hao si wachache. Kuna kundi kubwa la majasusi tayari liko hapa mjini. Hivi sasa tunakabiliwa na upinzani mkubwa na wa kutisha."

"Hii ni kazi na sisi tuko hapa kwa ajili ya kazi hii. Tunachokiomba ni Mungu atusaidie tuweze kuyasaka na kuyaangamiza majahili hayo ili mkutano uanze hapo kesho kama ilivyopangwa. Lakini nakubaliana na wewe kwamba kazi hii ni nzito na tunaomba ushirikiano wenu."

"Sisi tuko hapa kufanya kazi kwa saa ishirini na nne kwa siku na hatutalala."

"Vizuri. Sasa ningependa kujua kama mmekagua hoteli zote ili kuhakikisha kuwa wageni wote waliojiandikisha kulala kwenye hoteli hizo wanatambuliwa sawasawa."

"Hilo limefanyika tu baada ya kukuta wazungu wamefariki." Hamisi alijibu.

"Polisi pamoja na vijana wangu wamefanya ukaguzi katika hoteli na nyumba za kulala wageni. Ajabu ni kwamba hata wale wazungu waliouawa walikuwa hawajajiandikisha kulala mahali popote!"

"Basi, hii ina maana kwamba majasusi hayo hayalali hotelini wala katika nyumba za kulala wageni. Hivyo, tunabaki na jibu moja: majasusi hayo yanaishi nyumbani kwa mtu." Willy aliongeza.

"Mtu huyo atakuwa ni mtu gani?" Hamisi aliuliza.

"Hiyo ndiyo kazi yetu. Ninyi na sisi lazima tutafute majasusi hayo yanaishi nyumba gani. Hii itawezekana kama vijana wetu watafanya kazi vizuri. Ili kuwa na uhakika, naomba warudie kufanya ukaguzi kwenye hoteli hizo."

"Sawa, tutafanya hivyo. Lakini ikiwa ni nyumbani kwa mtu itakuwa ni vigumu." Hamisi alisema. "Kukagua nyumba hadi nyumba litakuwa ni jambo la ajabu."

"Sikiliza, mzee …." Willy alidakia. "Nyinyi hapa mnajua ni watu gani ambao mnahisi wanaweza kununuliwa kwa pesa na kufanya kitendo kama hicho. Watu mnaowashuku sharti kuwapeleleza usiku na mchana ili kufahamu ni nani wanaingia au kutoka kwenye nyumba zao. Kama mkishuku au kugundua kitu chochote, tafadhali tunaomba mtujulishe."

"Mawazo yako ni sawa kabisa. Hata hilo pia tutalitekeleza." Hamisi aliitikia.

"Kuna habari nilizoleta ofisini kwako kuhusu magari mawili yachunguzwe ni ya akina nani. Sijui kama umepata majibu." Willy aliuliza.

"Ndiyo." Hamisi alijibu.

"Lile gari walilokuwa wanaendesha linaonekana halikusajiliwa hapa Arusha, wala mahali popote nchini Tanzania. Ni jambo la ajabu sana kwani nambari za injini siyo nambari za gari ya aina hiyo iliyoingia hapa nchini, bali gari aina ya Peugeot 505 ya muundo wa kisasa. Tulipoulizia kwa wenzetu wa huko Kenya walituambia kuwa nambari hiyo hawana."

"Basi, achana nalo. Je, umepata taarifa gani kuhusu lile gari lenye nambari ARKK 567?"

"Gari hilo linamilikiwa na kampuni moja ya kitalii ya Nyoka Tours and Safari ya hapa mjini Arusha. Wenye gari hilo wanasema kuwa gari hilo halikwenda uwanja wa ndege jana. Mwenye kampuni hiyo ni Mhindi mmoja tajiri sana ajulikanaye kwa jina la Firoz Kassam; mtu ambaye anaaminiwa sana hapa mjini. Ni Mhindi wa aina ya peke yake hapa nchini."

Willy alikumbuka kuwa aliwahi kuelezwa habari kuhusu Mhindi huyo siku nyingi zilizopita.

"Aha, ni nani aliyeyatoa maelezo hayo, ni F. K. mwenyewe, kama mnavyomwita au ni mtu mwingine?" Willy aliuliza.

"Hapana. Ni meneja mkuu wa kampuni hiyo aitwaye Chris Tondo."

"Huyo ni nani?"

"Nilisema ni Meneja Mkuu wa kampuni hiyo."

"Nina maana ya kuuliza ni mtu wa namna gani kutokana na mwenendo wake kiusalama?"

"Huyu amewahi kuwa afisa wa cheo cha juu katika jeshi la polisi na alistaafishwa kwa manufaa ya umma miaka mingi iliyopita. Hatua hiyo ilichukuliwa kutokana na tuhuma kwamba alikuwa anasaidia wafanya magendo kuvusha mali nje ya nchi. Lakini tangu siku hizo mpaka leo rekodi yake ni nzuri sana. Hajawahi kuwa na tatizo kiusalama wala katika maisha ya kawaida."

Willy alifikiri kidogo halafu akauliza tena. "Je, katika jalada lenu kuna habari kuhusu ilikuwaje mpaka akafanya kazi kwa F. K.?"

"Hapana, bali tunafikiria aliombewa hiyo kazi na rafiki zake."

Willy hakuridhika na majibu aliyopewa kuhusu Chris Tondo. Aliinuka na kuaga akisema, "nafikiri wewe tekeleza hayo mambo tuliyozungumza halafu tuonane baadaye."

"Sawa," Hamisi aliitikia.

Waliagana na Willy akaondoka kwa kupitia mlango wa katibu muhtasi.

"Wewe unaitwa nani?" Willy alimuuliza katibu muhtasi wa Hamisi.

"Naitwa Carol!" yule msichana alijibu huku moyo wake ukidunda.

"Iko siku Carol ….!" Willy alimwambia Carol huku akifungua mlango na kupotea.

Alimwacha Carol na kiu ya maelezo zaidi. Willy alipoondoka pale ofisini aliamua kwenda Nyoka Tours and Safaris.

***

P. G. aliwasili nyumbani kwa F. K. kwa miguu baada ya teksi kumteremsha karibu na ofisi ya mbao. Alitembea kwa hadhari kubwa. Ilikuwa saa nne na nusu alipojipenyeza kwenye nyumba ya F. K. na kupiga hodi. F. K. ndiye aliyefungua mlango. Alishangaa kumwona P. G.

"Hakuna mtu aliyekuona ukija huku?" F. K. alimwuliza huku uso wake ukionyesha huzuni na mashaka.

"Hakuna, F. K."

"Karibu ndani, P. G."

"Ahsante."

F. K. alimwongoza P. G. mpaka kwenye chumba cha siri. Majasusi mengine yalikuwa ndani yakipumzika. Yalipomwona P. G. tu, yote yalikaa kitako huku yakihisi kuna tatizo limetokea.

"Hebu tupe habari." F. K. alimwambia P. G. Aidha, P. G. alivyoamua kuja kuwaongezea nguvu wenzake baada ya kupoteza watu wake wote na kubaki na mtu mmoja tu.

"Nimemwacha Smith huko Namanga. Atawasili hapa mchana huu. Nimeona siyo vizuri sisi wote wawili kuja pamoja mchana huu."

"Pole sana!" walimjibu kwa pamoja.

Baadaye F. K. naye alimweleza P. G. mambo yaliyotokea.

"Hii ina maana hakika tutashinda. Maana sasa tunajua nguvu za adui; na yeye hajui nguvu zetu wala maskani yetu." F. K. alieleza.

"Sasa mipango iko vipi?" P. G. aliuliza.

"Mipango iko kama ifuatavyo," F. K. alieleza.

"Usiku tutagawanyika katika makundi. Kwanza, ni lazima tuwaangamize hao watu. Shughuli hiyo haitatuwia ngumu kwa kuwa sasa tunafahamu vyumba vya hoteli wanakolala. Muda mfupi tu uliopita Chris alinipigia simu. Amesema kwamba amepata habari kuwa Willy Gamba amemwambia Mkuu wa Upelelezi kwamba hakuridhika na maelezo kuhusu gari letu lenye nambari ARKK 567. Ameongeza kusema kuwa Willy ataendelea kufanya uchunguzi kuhusu gari hilo. Hivi nimemwasa Chris ajaribu kumkwepa Willy maana huyo ndiye mtu hatari zaidi. Yeye ndiye aliyewaua watu wetu jana."

"Je, huyo Mkuu wa Upelelezi yuko upande wetu?" P. G. aliuliza.

"Ndiyo na hapana," F. K. alijibu.

Huyo Mkuu wa Upelelezi wa Mkoa ni mtu ambaye tumemsaidia sana kifedha. Zaidi ya hayo, yeye anaamini kwamba sisi ni watu wanaitii sana serikali. Kutokana na misaada yetu kwake, neno lolote linaloweza kutudhuru sisi yeye atatusaidia kwa kila njia. Lakini akijua ukweli katika suala kama hili, lazima atatuuza, maana asipofanya hivyo anaweza kupoteza kazi yake au hata kupewa adhabu ya kifo kama mhaini. Kusema kweli, wanamwogopa sana Willy."

"Hao viongozi wa wapigania uhuru watakaohutubia mkutano wameshafika?" P. G. aliuliza.

"Watatu wamefika na wengine wawili watafika jioni hii. Kuhusu wale ambao wamefika, tayari tumepata habari juu yao na ratiba zao tunazifahamu. Hata wale wawili waliosalia wakiwasili, tutapata habari zao. Kama ujuavyo P. G. mimi hapa Arusha natambulika kuwa ni mwanamapinduzi. Habari zozote ninazozitaka nazipata moja kwa moja kutoka kwa watayarishaji wenyewe wa mkutano huo. Hivyo, lazima tuwafungie kazi hao viongozi leo usiku halafu tuone kama mkutano utafunguliwa. Sasa hivi nitakwenda kukamilisha mipango ya usiku kwa habari zaidi. Na wewe Peter, George atakupa ratiba ya kazi yetu ya leo usiku. Kwa sababu wewe pia, umekuja kutusaidia, ni dhahiri kwamba tutashinda. Tutatenda kitendo ambacho kitaiacha dunia nzima inagwaya."

"Vizuri. Mimi nitaelewana na George halafu nitapumzika maana mpaka sasa sijalala. Wewe kakamilishe mipango hiyo ya kazi." P. G. alijibu huku yeye na George wakielekea katika chumba kingine.

***

Willy alipoikaribia ofisi ya Nyoka Tours and Safaris alimuona msichana mmoja mrembo sana akitoka nje ya ofisi hiyo. Kila wakati Willy alipokutana na wasichana warembo namna ile aliwaona kama sumu kwake kwani alikuwa mgonjwa sana juu yao.

Willy alibana kwa mbali kidogo aweze kuyapa nafasi macho yake yapate chakula chake. Alipenda amwone vizuri mrembo huyo ambaye aliumbwa ili wanaume wajisikie raha. Willy aligundua kwamba hakuwa peke yake aliyekuwa anamuangalia, bali wanaume wengine pia walikuwa wanalisha macho yao kwa chati.

Msichana huyo alitembea mpaka kwenye gari moja. Alitoa ufunguo kwenye pochi yake na kuinama ili afungue mlango wa gari hilo. Willy alijua gari hilo jipya aina ya Toyota KE 30 lilikuwa la huyo msichana.

Lakini hakushangaa kwani msichana mrembo kama yule angeweza kumpata mtu yeyote mwenye pesa akamnunulia kitu chochote. Hata gari angenunuliwa ili mradi tu aridhike.

Wakati huyo msichana anaingiza ufunguo kwenye tundu la mlango wa gari, ghafla akatokea kibaka. Alikwapua pochi yake halafu akakimbia. Huku mkononi akiwa ameshikilia jisu kali, yule kibaka alitishia kumchoma mtu yeyote ambaye angethubutu kumkaribia. Yule msichana wa watu alitoa sauti kali yenye kutia hofu halafu akaanguka chini. Watu waliokuwa karibu walisambaa kwa kuliogopa hilo jisu kali.

Willy ambaye alishuhudia kitendo hicho cha kijambazi, alianza kumfukuza huyo kijana. Alipoona kwamba watu wote wamesambaa isipokuwa mtu mmoja tu, aliyekuwa bado anamwandama, yule kijana alisimama na kumsubiri Willy apambane naye ana kwa ana.

"Hunijui mimi, eh?" mji mzima wananijua mimi ni nani, sogea nikukate kichwa!" lile jambazi kijana lilitamba.

Willy alimwendea kwa hadhari kubwa huku watu wote wakipiga makelele ya kumsihi arudi nyuma kusalimisha maisha yake.

Kana kwamba hasikii, Willy alizidi kulisogelea lile jambazi. Mara jambazi lilimvamia Willy. Kama mchezo vile, Willy alikwepa pigo la kwanza la lile jisu, kisha akaushika mkono wa lile jambazi na kumpiga mkono mmoja kwa kareti kwenye bega. Lile jisu lilianguka na Willy akalipiga ngwara lile jambazi likaanguka chini. Kuona vile yule msichana alikimbia mpaka pale. Huku akiwa ameshikilia kiatu chake mkononi, alilipiga lile jambazi kwa kisigino. Hapo ndipo watu wengine walipofika kwenye tukio hilo wakifuatana pamoja na polisi wa doria. Akiwa ameshika pochi aliyoporwa, Willy alimvuta kando yule msichana.

"Ahsante sana!" msichana alimshukuru Willy.

"Ahsante bwana. Sijui nikushukuru vipi kwa kuhatarisha maisha yako ili kuokoa mali yangu."

"Si kitu," Willy alisema.

"Kwa mtoto chuma kama wewe, kila mwanaume kamili yuko tayari kujitoa mhanga maisha yake."

Polisi alimfuata Willy akimtaka akatoe maelezo ya wizi huo katika kituo cha polisi. Lakini Willy alimnong'oneza polisi huyo maneno kadhaa, naye polisi huyo akakubali kumwacha huru.

Huku amemfunga pingu yule jambazi na kundi la watu wakimfuata, polisi alianza safari kuelekea kituo cha polisi.

Alimwacha Willy akizungumza na yule msichana hapo pembeni mwa barabara. Yule msichana alianza kutokwa na hofu na kurudiwa na hali yake ya kawaida. Sasa alimwangalia yule kijana aliyeokoa mali yake. Alikuwa kijana mwenye sura ya kupendeza sana. Vilevile alikuwa na kitu kingine ambacho ilikuwa vigumu kukielezea. Huyu kijana alisisimua damu yake.

"Enhe, unaitwa nani?" Willy alimuuliza.

"Naitwa Nyaso." Msichana alijibu.

"Nyaso tu basi?"

"Ndiyo. Nyaso tu basi! Na wewe waitwaje?"

"Mimi naitwa Willy."

"Oh, vizuri. Sijui nikupe nini, Willy."

"Usijali, sasa hivi nina shughuli. Twaweza kuonana jioni mnamo saa kumi na mbili hivi, angalau kwa muda mfupi, ili niweze kukununulia kinywaji?" Willy alimuuliza.

Nyaso alifikiri sana kwanza. Alimuogopa sana F. K. alijua fika kuwa F. K. angechukia ikiwa angejua alitoka nje na mtu, hasa mtu mgeni. Hali hii aliipima na jinsi F. K. alivyokuwa hataki kumwona siku hizi kwa kisingizio eti alikuwa na shughuli nyingi. Alifikiria sasa jinsi F. K. alivyomkaripia eti kwa kumpigia simu mara nyingi nyumbani kwake wakati yeye alikuwa na kazi nyingi. Kama namna moja ya kumkomoa F. K. Nyaso alikubali mwaliko wa huyu kijana ambaye alimsisimua damu.

"Sawa, una miadi," Nyaso alijibu.

"*Ok*, nichukue hapo nje ya New Arusha Hotel saa kumi na mbili kamili." Willy alisema.

"Nitafika bila kukosa. Nyaso aliahidi.

Huku akitingisha matako yake, yule msichana alielekea kwenye gari lake na kumwacha Willy amepigwa na butwaa. Alipoingia ndani ya gari, Nyaso alimrushia busu Willy ambaye alisikia kama vile moyo wake umekosa pigo moja! Nyaso alipopotea ndipo Willy alipokumbuka safari yake ya kwenda kwenye ofisi ya Chris Tondo, ambayo ilikuwa karibu na hapo alipokuwa. Vilevile, ndipo alipogundua kwamba Nyaso alikuwa anatokea kwenye ofisi ileile wakati alipovamiwa na jambazi.

Chris Tondo alikuwa katika pilikapilika humo ofisini mwake. Alikuwa akikusanya makaratasi na kuyatunza kwenye visanduku. Alifanya shughuli hiyo haraka ili atoke ofisini. Alikuwa ameambiwa na F. K. kufanya hivyo ili Willy asije akamkuta.

Wakati huohuo, Willy alifika kwenye ofisi za Nyoka Tours and Safaris.

"Habari za leo?" Willy alimsalimia kijana mmoja aliyekuwa kwenye ofisi ya nje.

"Nzuri mzee. Nikusaidie nini?"

"Naomba kumuona Chris Tondo."

"Una miadi naye?"

"Yupo?" Willy aliuliza.

"Ndiyo yupo, lakini huwezi kumuona bila miadi."

"Mimi ni rafiki yake. Ukinirudisha bila kumuona halafu akasikia umefanya hivyo, ujue wewe huna kazi!" Willy alitishia huku akielekea kwenye ofisi iliyoandikwa '**Meneja Mkuu**.'

Aliwaacha wafanyakazi wote kwenye ofisi ile wakimwangalia wasijue la kufanya. Alifungua mlango na karibu wagongane na Chris Tondo ambaye pia likuwa anafungua mlango huohuo ili atoke nje.

"Oh, pole sana," Willy alisema.

Tondo alipogundua kuwa mgeni huyo alikuwa Willy, moyo wake ulipiga paa! Akashindwa kupumua sawasawa.

"Karibu!" Tondo alijikuta akibabaika.

"Ahsante!" Willy aliitika huku akifunga mlango nyuma yake.

"Hawa vijana hawakunieleza kama kuna mgeni." Tondo alisema huku akionyesha kukasirika.

"Samahani, kwa kweli wao hawana kosa kwani ni mie ambaye sikuwasikiliza," Willy alijibu.

"Enhe, nikusaidie nini ndugu …?"

"Willy Gamba?" Willy alimalizia.

Tondo alishangaa kumsikia Willy anajitambulisha kwa jina lake la kweli kwani alifikiri angejificha. Hii ilimtia hofu zaidi.

"Ya, nikusaidie nini ndugu Gamba?"

"Natumaini wewe ni ndugu Tondo, Meneja Mkuu wa kampuni hii?" Willy alimwuliza huku akimtazama machoni.

Tondo alijua mambo yameanza kutibuka. Alijisikia vibaya kwani alifahamu jinsi Willy anavyoweza kusoma mawazo ya mtu anayezungumza naye. Kitu hicho ndicho kilichomfanya Willy kufanikiwa katika kazi yake ya upelelezi. Tondo alitafakari alipouliza vile.

"Ndiyo!" Tondo alitumia uzoefu wake wa kipolisi kujibu swali hilo kwani alifahamu majibu mafupi yalikuwa mazuri kwa mtu anayehojiwa.

"Mimi ni Afisa wa Usalama kutoka Dar es Salaam. Nimefika hapa kwa shughuli za kiserikali. Nimeshawishika kuzungumza na wewe niliposikia kuwa uliwahi kuwa afisa wa cheo cha juu katika Idara ya Polisi."

"Vizuri." Tondo alishangazwa na jinsi Willy alivyokuwa akijieleza.

"Sijui uliwahi kufika kwenye uwanja wa ndege jana usiku?" Willy aliuliza.

Mate yalimkauka Tondo alipofikiri juu ya uwezekano wa kwamba Willy alimuona wakati anatoa upepo katika matairi ya gari. Tondo alijua watu kama hao walikuwa hatari. Baada ya kusita kidogo alijibu kwa sauti hafifu.

"Hapana!"

Palepale Willy akajua Tondo alikuwa anaongopa.

"Nasikia gari nambari ARKK 567 ni lenu." Willy alimpachika Tondo swali jingine.

"Ndiyo."

"Nani huwa analiendesha mara kwa mara?"

"Unajua sisi tunafanya kazi ya kuhudumia watalii. Hivyo, tunayo magari mengi na madereva wengi. Hatuna dereva maalumu kwa gari fulani," Tondo alijibu.

"Nani alikuwa anaendesha gari hilo jana?"

Tondo alisita kujibu kwani alijua jibu la swali hili lilikuwa muhimu sana kwa Willy.

"Jana halikutoka." Tondo hatimaye alijibu.

Willy alijua kuwa Tondo alikuwa ameongopa tena.

"Kwa nini lilikuwa bovu?"

"Wakati tunapokuwa hatuna kazi nyingi, magari yetu hufungiwa tu katika gereji."

"Gereji yenu iko wapi?"

"Iko nyuma tu ya ofisi hii." Tondo alijibu.

"Kwa hiyo gari haliwezi kutoka bila ruhusa." Willy alipendekeza.

"Kabisa."

"*Ok*, ndugu Tondo vizuri. Samahani kwa kuchukua muda wako." Willy alisema huku akiwa amesimama tayari kuondoka.

"Hivi kuna jambo gani kuhusu hilo gari? Naona sina budi niulize." Tondo aliuliza.

"Wewe umekuwa Afisa wa Polisi kwa muda mrefu. Kwa hiyo ni lazima unaelewa mambo haya," Willy alimjibu.

"Wakati mwingine huwa tunapata habari fulani ambazo yatubidi tuzichunguze na kuzithibitisha, vinginevyo watu wanaweza wakaumia bure."

"Ni kweli." Tondo alisema.

"*Ok*. Kwa heri."

"Karibu tena ndugu Gamba."

Willy alifungua mlango na kuingia katika ofisi ya nje, akawaaga wale wafanyakazi wa ofisi ile. Tondo alikaa kitako kitini mwake na kuanza kufikiri. Willy alipotoka tu nje alitembea haraka sana na kuzunguka nyuma ya ile ofisi. Huko aliona lango la kuingilia katika ile gereji. Alipiga hodi maana lilikuwa limefungwa. Mara mlinzi akafungua.

"Tukusaidie nini mzee?" Yule mlinzi aliuliza.

"Jana nilipewa lifti na ndugu Tondo. Lakini kwa bahati mbaya nilisahau miwani yangu ndani ya gari lake. Sasa amenishauri nije niichukue kama bado imo, iwapo gari hilo halijatoka!" Willy alijieleza.

"Ahaa! Gari alilokuwa anaendesha jana si ni lile ARKK 567? Nafikiri." Willy alijibu.

"Basi, limetoka kwenda kujaza mafuta kwenye kituo chetu." mlinzi alijibu.

"Siyo kitu, nitamwambia yeye anitazamie miwani hiyo wakati gari likirudi."

"Haya, kwa heri," mlinzi alijibu huku akifunga lango.

"Kwa heri!" Willy alijibu kisha akatoa tabasamu.

***

Ilikuwa saa saba na nusu za mchana. Willy, Bon na Rocky walikuwa wakila chakula pale New Arusha Hotel. Katika muda huo, Willy alipigiwa simu.

"Wewe mzee ndiyo Willy Gamba?" Mhudumu mmoja alimwuliza Willy.

"Ndiyo."

"Kuna simu yako."

"Sawasawa." Willy alijibu huku akiweka kisu na uma kwenye sahani. Alikwenda kusikiliza simu.

"Hallo, Willy hapa." Willy alisema baada ya kuunyakua mkono wa simu na kuupachika katika sikio lake la kushoto.

"Hapa ni mapokezi. Kuna mgeni wako, ngoja uzungumze naye."

"Hallo, Mike Maina." Sauti ilisikika.

"Wewe unafanya nini hapa?" Willy aliuliza kwa mshangao kwani hakumtegemea.

"Nimekuja kukutafuta. Kwani wewe unafanya nini hapa?" Maina aliuliza.

Willy alifahamu kwa nini Chifu alikuwa anamtafuta. Maina aliletwa ili kuongeza nguvu.

"Njoo kwenye ukumbi wa maakuli, utatukuta, nafikiri una njaa," Willy alisema.

"Nitakuja kwa haraka kama jeti." Maina alijibu.

Maina aliwakuta Willy na wenzake wakiendelea kula chakula.

"*Hallo*, Maina, karibu," Willy alimkaribisha huku wenzake wakisimama.

"Ahsante, Willy, mambo?" Maina aliuliza.

"Mambo ni segemnege." Willy alijibu huku akivuta kiti kisha wote wakakaa kwa pamoja.

"Hebu nikujulishe kwa hawa ndugu zetu hapa. Naamini hamfahamiani." Willy alisema.

"Huyu ni Bon Sipele wa wapigania uhuru na huyu ni Rocky Malele wa Zimbabwe."

Kisha Willy alimgeukia Maina na kusema, "Na huyu jamani ni Mike Maina kutoka Kenya."

Wote walisalimiana.

"Nilipata habari zake Angola wakati mlipokuwa naye. Mlifunga kazi takatifu," Bon alisifia.

"Basi, huyu ndiye Mike Maina." Willy alisisitiza.

Mhudumu alifika mezani na Maina akaagiza chakula.

Wakati huo Willy, kwa sauti ya chini alikuwa anaeleza sifa za kipelelezi za kila mmoja.

"Basi mambo yanazidi kujipa," Rocky alisema.

"Sasa Mike tupe za huko Nairobi. Nikisoma sura yako nahisi kuna mambo," Willy alichokoza.

"Haya nisikilize kwa makini halafu na ninyi baadaye mnijulishe mambo ya hapa." Mike alisema.

Mike aliwaeleza yaliyotokea Nairobi.

"Nilipopita mpakani leo nilishangaa. Nilijuta rafiki yangu Peter Gerrit keshapita. Alitumia jina la Peter Anderson na kudai kuwa alikuwa ni Askofu kutoka Zimbabwe akija kuhudhuria mkutano wa wapigania uhuru. Kwa sababu hiyo, maafisa wa uhamiaji na usalama walimruhusu apite mpakani. Hivyo, yuko hapa na mnaweza kuona mwenyewe hali ya mambo."

Wote walikuwa kimya kwa muda mfupi wakizingatia yale yote waliyokuwa wameyasikia. Hatimaye, Willy alianza kumweleza Mike mambo yote yaliyokuwa yametokea hapo mjini Arusha.

"Kwa hiyo rafiki zangu……" Willy alimalizia, "mji huu umeingiliwa na balaa. Bila shaka damu itamwagika. Tuwe tayari kujitoa muhanga ili wale watakaobaki waweze kufaidi matunda ya uhuru. Uhuru ni kitu muhimu kwetu na vizazi vijavyo.

Bon alisema, "na sisi watu wa Afrika Kusini tunaamini kwamba kabla ubaguzi wa rangi haujatokomezwa ni lazima damu ya wazalendo itaendelea kumwagika. Tuko tayari kwa yote hayo. Kama mnavyosikia, hata vijana wadogo wameamua kujitoa muhanga ili kuutokomeza utawala wa Makaburu kwa faida ya walio wengi. Kwa hiyo, mimi niko tayari kufa kwa ajali ya nchi yangu na Afrika kwa ujumla. Lakini kabla sijafa, nitahakikisha nao wanakiona cha mtema kuni."

"Kwa sasa hivi mna mipango gani?" Mike aliuliza.

"Kwanza kabisa, nimempigia simu mtu wetu hapa ambaye ni Mkuu wa Upelelezi wa Mkoa, ndugu Hamisi." Willy alieleza. "Ameweka vijana wa kumpeleleza Chris Tondo. Ninayo imani kuwa yeye anaweza kutufikisha mahali yalipo hayo majasusi. Nafikiri mtu huyo anajihusisha nayo kwa namna fulani."

"Kama una uhakika…" Mike alishauri, "kwa nini tusimfuate sisi wenyewe, ikibidi tumsakame mpaka atueleze tu? Wewe mwenyewe unajua tuna uwezo wa kumfanya hata mtu mwenye kichwa ngumu kama paka, akatapika maneno."

"Hapana tusifanye haraka maana watu kama hao wanazo mbinu nyingi," Willy alieleza.

"Lakini hata sisi tunazo mbinu zetu. Tunaweza kufanya akatueleza mahali walipo bila kutumia nguvu zetu nyingi. Unajua bado tunahitaji nguvu zetu, hasa kwa kupambana na hayo majahili."

"Sisi tutasimama badala yao hao viongozi wa wapigania uhuru. Nimezungumza na wale ambao wamewasili. Wao pamoja na sisi ndio wanaowindwa. Hivyo, kuanzia saa tatu tutajipoteza maana watu hao watakuwa wanatuvinjari."

"Tumekuelewa barabara." Rocky alidakia, "ninaamini mipango yako ni sawasawa kabisa."

"Mike, kula." Willy alishauri mara mhudumu alipoleta chakula. Mhudumu alipoondoka, Willy na wenzake waliendelea na mazungumzo yao.

***

Ilikuwa saa nane za mchana wakati F. K. aliporudi nyumbani kwake. Aliwakuta wenzake wamelala. Walihitaji usingizi kwani usiku huo walitarajia kuwa macho. Alikwenda moja kwa moja kwenye chumba ambacho Peter Gerrit, George na Dave walikuwa wamepumzika.

"Karibu, F. K." George alimkaribisha yeye tu ndiye aliyekuwa bado hajalala.

"Una mapya yapi?"

"Ninayo mengi," F. K. alijibu.

Wakati huohuo Peter na Dave walizinduka usingizini.

"Kwanza Tondo nimemkuta ofisini." F. K. alieleza.

"Anasema kuwa Hamisi alimpigia simu na kumweleza kuwa Willy alimshauri aweke vijana wa usalama kumfuatia na kuripoti nyendo zake zote. Hivyo nimemshauri akitoka ofisini aende moja kwa moja nyumbani kwake na asitoke."

"Hapana, F. K." George alisema na kuinuka kitandani. "Tondo lazima auawe!"

"Auawe? Hapana mtu huyu ametusaidia sana." F. K. alimtetea Tondo.

"Lazima aishi ili naye aweze kuufurahia ushindi wetu." Bila yeye mimi nisingeweza kufanya yote niliyoyafanya hapa nchini. Taarifa zote za kijasusi nilizoleta ni kutokana na msaada wake, kwani yeye alikuwa afisa wa cheo cha juu katika Jeshi la Polisi. Hapana George, Chris Tondo lazima aishi ili afaidi matunda ya ushindi wetu. Vilevile nimeamua kwenda naye Afrika Kusini baada ya kukamilisha kazi hii tuliyonayo."

Wote waligeuka kumwangalia George ambaye sasa sura yake ilikuwa imebadilika. Macho yake yalikuwa kama yametokwa na uhai. Sura yake ilikuwa sawa na ya muuaji, sura iliyotia hofu; sura ya kikatili.

"Ni lazima auawe!" George alisisitiza; na kuendelea, "huoni kuwa watu hao ni hatari? Wakiona hawapati habari zozote, watamtafuta na hakika watapata habari wanazozitaka. Hawa ni watu wenye ujuzi wala sio wa kuchezea. Ni watu wenye ujuzi na ujasiri mkubwa kama sisi nini maisha ya mtu mmoja mweusi? Unataka jukumu letu lisitekelezwe kwa sababu ya mtu mweusi? Mtu mweusi hana thamani kwangu, afadhali mbwa anamjali bwana wake. Hapana F. K. mtu wako lazima auawe sasa hivi. Faida yake kwetu imekwisha kwani tulichokitaka tumesha kipata. Kazi yetu itafanyika."

"Hivi unataka aishi ili asaidie nini? Sisi tunajaribu kupunguza idadi ya watu weusi nchini Afrika Kusini wakati wewe unawalinda wasiuawe! Nasema tena F. K. tunashukuru kwa yote ambayo Tondo ametufanyia. Lakini sasa hivi hana faida kwetu. Matumizi yake yamekwisha. Yeye ni kama muwa uliotafunwa na kuishiwa maji yote yenye sukari na kubaki makapi tu. Makapi yakibaki kinywani hufanywaje, Dave?"

"Hutemwa chini." Dave alijibu.

"Basi, lazima Tondo auawe." George alimalizia.

"Na wewe F. K. ndiye utakayeifanya kazi hiyo. Ni siku nyingi zimepita tangu nilipokuwa nawafundisha chuoni. Naona unaanza kujisahau, F. K. hii ni amri na wala siyo ombi!"

Mawazo mengi yalipita kichwani mwa F. K. alijua hakuwa na la kufanya, bali kutii amri. Alifahamu fika kuwa kama asingeitekeleza amri hiyo, basi yeye mwenyewe angeuawa.

"Sawa, George, nitafanya hivyo." F. K. alijibu kwa unyonge.

Yale majasusi mengine yalimwangalia kwa macho makali yenye kutoa onyo.

"Nafikiri litakuwa jambo la busara kwako kufanya hivyo." P. G alimuasa F. K.

***

Baada ya chakula cha mchana. Willy na wenzake waliamua kwenda kukaa katika bustani ya New Arusha Hotel wakisubiri Mike na Rocky waandaliwe vyumba.

"Lo, mahali hapa ni pazuri sana. Napapenda sana, bustani hii ilivyokaa," Bon alisema.

"Ya, menejimenti ya hoteli hii imejitahidi kupatengeneza." Willy aliongeza wakati mhudumu akiwaletea vinywaji.

"Bon, unajua mimi sijafika Afrika Kusini. Lakini nimekuwa nikifikiria na kufuatilia juu ya namna mapambano yanavyoendelea huko. Kwa nini kusianzishwe vita vya msituni kama ilivyokuwa huko Zimbabwe na sehemu nyingine?" Mike aliuliza.

"Swali zuri sana, Mike," Bon alisema. "Unajua nchi ya Afrika Kusini haina misitu kama sehemu nyingine ulizozitaja. Siyo kama Kenya. Maana wakati wa vita vya Mau Mau, wapigania uhuru wa Kenya waliendesha mapambano yao msituni. Kwa hiyo, siyo ajabu wewe kujiuliza kwa nini sisi tusifanye hivyo. Nchi yetu ni tambarare yenye nyasi na miti ya hapa na pale. Kukosekana kwa misitu kunafanya kufichamana kuwe kugumu, pili hawa Makaburu walijichukulia maeneo makubwa ya ardhi kwa ajili ya kuanzisha mashamba, ufugaji na shughuli nyingine, kisha wakayazungushia seng'enge. Hivyo, unakuta vita vya msituni haviwezi kufanyika kwa sababu hizo mbili kubwa. Kwa hiyo, inatulazimu kuanzisha zogo kubwa sehemu za mijini maana huko ndiko kuna tabaka la wafanyakazi lenye mshikamano thabiti na mwamko wa kisiasa. Na mimi naamini kwamba tukifanikiwa tu kupenyeza silaha mjini na kuanzisha vita vya silaha mjini na kuanzisha vita vya silaha mitaani, lengo letu litafikiwa."

"Kumbe ni hivyo! Kwa hiyo, vita lazima vianze mjini halafu vienee mashambani, kinyume cha jinsi ilivyokuwa kwetu!" Mike alinena.

"Zogo tumekwisha lianzisha mjini na karibu litafikia vita vya silaha. Lakini hali hii ya migomo, migomo baridi, maandamano, fujo na kadhalika, haviwezi kuleta mabadiliko makubwa. Kwa hivi sasa kuna baadhi ya watu weupe, hasa vijana, ambao wanatuunga mkono. Wengi sasa wameanza kuona kwamba hakuna sababu ya kuuana wenyewe kwa wenyewe. Watu wazima ndio hawataki mabadiliko kutokana na kurithi mfumo wa ubaguzi wa rangi kwa muda mrefu. Ni kama kwamba ubaguzi umo ndani ya damu yao. Utawakuta Wazungu wanawafundisha watoto wao kuwachukia watu weusi. Tangu utoto wao wanafundishwa kuwa mtu mweusi siyo mtu wa kuhusiana naye. Lakini baada ya misukosuko hii, baadhi ya watu wameanza kuwa na mtazamo mpya. Wanaanza kuona kuwa mtu mweusi ni binadamu vilevile," Bon Sipele alieleza.

"Serikali ya Makaburu inazo silaha kali, hata zile za nyuklia. Unayo mawazo gani kuhusu hali hii?" Mike aliuliza.

"Silaha kali haziwezi kuwasaidia katika mapambano ndani ya Afrika Kusini. Sisi sote tunakaa katika nchi moja. Makaburu hawawezi kupiga bomu kwa mfano, mjini Johannesburg kwani wakifanya hivyo, siyo watu weusi tu watakaouawa, bali watu weupe pia watakufa. Hivyo, silaha kali za aina hiyo haziwezi kuwasaidia. Silaha hizo zinawasaidia kwa kutishia nchi zilizo mstari wa mbele na nchi nyingine. Makaburu wanao wasiwasi mkubwa kuhusu misaada inayotolewa na nchi hizo kwa wapigania uhuru wa Afrika Kusini."

"Ni lengo la Afrika Kusini kuziangusha serikali za nchi zilizo mstari wa mbele ili waweke serikali za vibaraka. Lakini nawahakikishia kuwa mbinu zao zitashindwa na nguvu za wazalendo," Bon alimalizia.

"Vyumba vyenu viko tayari." Mhudumu alifika na kuwaambia.

"Haya jamani, mimi nafikiri twende tukapumzike kidogo," Willy alishauri.

"Tukutane chumbani kwangu saa tatu, tayari kwa kazi ya usiku."

"Sawasawa!" wenzake walijibu kwa pamoja.

Waliondoka na kwenda kujipumzisha.

***

Wakati wenzake walipokuwa wanapumzika mnamo saa kumi za mchana, Willy alimpigia simu ndugu Mbeki. Mbeki alikuwa mwenyekiti wa kamati ya kutayarisha mkutano. Alifikia Mount Meru Hotel.

"Hallo, Mount Meru hapa." Mpokeaji simu alisikika akisema.

"Nipe chumba 321." Willy alisema.

"Subiri."

"Hallo, Mbeki hapa."

"Aha, nimepata habari kuwa unanitafuta."

"Ndiyo. Naomba uje tuonane hapo kwenye klabu ya kituo cha Mikutano cha Kimataifa. Unaifahamu?" alimuuliza.

"Ndiyo!" Mbeki alijibu.

"Basi jitahidi uwe pale katika muda wa dakika kumi zijazo."

"Haya." Willy alikata simu na kuteremka chini. Alikodi teksi na kuelekea AICC Club. Alipofika AICC Club alisubiri kidogo na Mbeki akawasili. Willy alikuwa anajulikana sana mahali hapo. Aliongozana na Mbeki mpaka kwenye kibanda kimoja ambako walikaa na kuagiza vinywaji.

"Tumekuwa na wasiwasi sana baada ya Matuka kuuawa jana." Mbeki alianza.

"Hiyo ndiyo sababu iliyotuleta hapa." Willy alijibu.

"Ulinzi wa polisi umeonekana ni hafifu sana." Mbeki alisema.

"Viongozi wote wanawasili leo jioni, tayari kwa mkutano wa kesho. Sasa mimi nina wasiwasi kwamba kuna mtu ambaye anatoa habari zetu za siri nje, lakini hatujui ni nani."

"Mimi nashauri kuanzia sasa msitoe habari kwa mtu yeyote. Ikibidi, punguzeni watu hata kwenye kamati ya matayarisho, wasalie watu tunaowafahamu fika. Sasa nisikilize kwa makini: nataka ufanye kama nitakavyokueleza. Usikosee hata chembe, kwani ukikosea kutatokea balaa isiyoelezeka." Willy alimtahadharisha Mbeki.

Alianza kumweleza Mbeki juu ya mipango ya ulinzi wakati wa mkutano tangu mwanzo mpaka mwisho. Alimweleza mipango ya ulinzi wa wajumbe na hasa viongozi mashuhuri wa wapigania uhuru.

SURA YA NANE

Nyaso

Ilikuwa saa kumi na mbili juu ya alama wakati Nyaso alipoliegesha gari lake hapo New Arusha Hotel. Willy alikuwa anaranda pale nje ya hoteli akimsubiri.

"Nimeamini kuwa unajua kutimiza ahadi mtoto we! Wasichana wengi wa kiafrika hawatilii muda maanani." Willy alisema huku akifungua mlango wa gari na kuingia ndani.

"Wacha kutuonea, siku hizi tumebadilika. Hujui kuwa wakati huu unajulikana kama miaka ya elektroniki! Watu lazima waende na wakati." Nyaso alijibu wakati akiliondoa gari.

"Unanipeleka wapi?" Willy aliuliza.

"Nilipiga simu 'Kambi ya Fisi' na kuomba watuwekee nyama ya kuchoma." Nyaso alijibu.

"Hapo umecheza." Willy aliitikia halafu akaendelea, "Vipi maisha hapa?"

"Mwenyezi Mungu anatusaidia."

"Umeishi hapa Arusha kwa muda mrefu?"

"Miaka mitano hivi."

"Mimi nakuja hapa mara kwa mara, lakini sijawahi kukuona, sijui huwa unajificha wapi?"

"Mbona maswali mengi? Unajuaje huenda mwenzio nimewekwa kinyumba?" Nyaso alimtazama Willy kwa jicho la wizi.

"Unasema kweli. Afadhali nisiulize maswali mengi kwani ninaweza kujiumiza roho bure."

"Pole sana."

Waliendelea na safari yao mpaka 'Kambi ya Fisi'. Walipowasili, Willy aligundua kuwa wahudumu wa pale walikuwa wanamfahamu sana Nyaso. Hiyo ilitokana na ukweli kwamba walipowasili, Willy aliona wahudumu wakimkimbilia na kuwaonyesha mahali pazuri pa kukaa.

"Nyama uliyoiagiza karibu itakuwa tayari." Mhudumu alisema."Utasubiri kidogo tu."

"Hakuna taabu." Nyaso alijibu wakati wakikaa kwenye viti.

Watu wengi waliokuwepo hapo walikuja kwa minajili ya kula nyama choma.

"He, leo ni maajabu! Unamuona Nyaso kaja na mwanaume! Siyo maajabu haya?" kijana mmoja aliwauliza vijana wenzake wapatao watano.

"Huenda ni kaka yake." Kijana mwingine alisema.

"Huoni kuwa hata kijana mwenyewe anayo sura nzuri?"

"Watu wanasema eti Nyaso hana ndugu, sasa huyo kakake kutoka wapi?" kijana wa kwanza alidadisi.

"Ya nini kuingilia maisha ya watu?" ndiyo sababu ninyi Waswahili hamuendelei. Mnapenda kuchunguza maisha ya mwingine wakati yale ya kwenu yanawashinda. Kama huyo kijana ni kaka yake au bwana yake ninyi inawahusu nini? Iwapo mtu amevutiwa si heri akatafute nafasi yake halafu abahatishe tu? Vinginevyo kama Nyaso kapata bwana mwingine na kumwacha F. K. hicho ni kilio chake F. K." kijana mwingine aliyeonekana kuwa mkubwa kidogo kuliko wengine aliwaasa wenzake. Hivyo, iliwabidi kujali mambo yaliyowaleta hapo.

"Unafanya kazi wapi?" Willy alimuuliza Nyaso wakati wakinywa vinywaji baridi.

"Sasa hivi sifanyi kazi yoyote ila naandika kitabu."

"Eh, kitabu kuhusu nini?"

"Kinahusu uchumi wa nchi yetu."

"Wewe ni mtaalamu wa mambo ya uchumi?"

"Ndiyo. Ninayo shahada ya kwanza katika uchumi."

"Aha, vizuri sana. Hata mimi ni hivyohivyo."

"Na wewe unafanya kazi wapi?"

"Mimi niko Dar es Salaam ambako ninafanya biashara."

"Na hapa Arusha umekuja kufanya nini?"

"Mimi ni shabiki wa siasa, hivyo nimekuja kusikiliza mkutano wa hawa wapigania uhuru."

Nyaso alimwangalia bila kuamini macho yake.

"Mkutano kama huo utakusaidia nini na wewe ni mfanyabiashara?" Nyaso aliuliza.

"Nimekwambia kuwa mimi ni shabiki wa siasa. Madhumuni ya mashabiki wa kitu chochote siyo kupata faida ya mali, bali kufanya mioyo yao ifurahi."

"Lakini wewe huelekei kuwa mtu wa kushabikia kitu hivihivi tu."

"Sijui sasa." Willy alijibu. Kisha akaendelea, "Mimi nilifikiri unafanya kazi Nyoka Tours and Safaris maana kabla hujavamiwa na yule jambazi nilikuona unatoka kwenye ofisi zao.

"Hapana, mwenye kampuni hiyo ndiye bwanaangu." Nyaso alijibu huku akiangalia chini.

Willy alijisikia damu inamsisimka.

"Una maana ya F. K. au Chris?" Willy aliuliza.

"Kumbe unawajua wote?"

"Ni nani katika nchi hii ambaye hamjui F. K. yule ni mtu maarufu sana."

"Basi ni huyo F. K."

"Hongera, Nyaso! Kwani kwa mara ya kwanza nimeona msichana wa kiafrika ambaye ni bibi wa kijana wa Kihindi kiwaziwazi bila kujificha."

"Nimekwambia Willy, dunia inageuka."

Willy aliisifu tena nyota yake, kwani kama msichana huyu alikuwa kweli bibi yake F. K. basi bila shaka alimfahamu sana Chris Tondo. Ilikuwa ni bahati kwamba Willy, kama alivyofikiri angejua mengi kutoka kwa Nyaso.

"Bahati yangu mbaya. Mimi nilifikiri nimepata mchumba kumbe wameshaniwahi!" Willy alinung'unika.

Nyaso alimwangalia Willy na kumhusudu. Alifikiri ingekuwa furaha iliyoje kama angeolewa na kijana mzuri kama yule. Akimlinganisha Willy na F. K. Nyaso alijilaumu. Alijua fika kuwa alikuwa anaishi na F. K. kwa sababu ni yeye tu ambaye aliweza kumtimizia mahitaji yake kipesa na hasa kwa malengo aliyokuwa anatarajia kutimiza mnamo siku za usoni. Vinginevyo, hakuwa na mapenzi yoyote ya kweli kwa F. K. Lakini sasa matayarisho ya mpango wake yalikuwa yanakaribia kukamilika. Nyaso alikuwa na nyumba tayari. Alikuwa na gari na pesa pia. Hivyo, angeweza kuanza operesheni wakati wowote. Alipofikiri hayo, Nyaso alijisikia machozi yanamlengalenga.

"Nini sasa dada? Umekuwaje?" Willy aliuliza. Alipomwona msichana huyo akitokwa na chozi la huzuni. Na ilikuwa ajabu kwamba kila wakati Nyaso alipotokwa na machozi ndiyo alivyozidi kupendeza.

"Usijali, kila mtu huwa na matatizo yake. Nimekumbuka jambo ambalo limenigusa moyoni, lakini siyo kutokana na wewe."

Kutokana na uzoefu wake wa siku nyingi kuhusu wasichana, Willy aligundua kwamba Nyaso hakuwa na furaha katika uhusiano wake na bwana wake. Hivyo, aliamua kutumia nafasi hiyo ili aweze kujua mengi zaidi juu ya Chris Tondo na F. K.

"Wewe na F. K. mnakaa pamoja?" Willy aliuliza.

"Hapana."

"Wewe unakaa wapi?"

"F. K. alininunulia nyumba huko Kijenge na yeye anaishi kwenye jumba lake Themi Hill."

"Anasubiri nini kukuoa msichana mrembo kama wewe? Anafikiri watu wengine hawakuoni?" Willy alimtolea Nyaso tabasamu la kumlainisha.

"Hilo ni shauri lake."

"Au wazazi wako hawataki wewe uolewe na Mhindi?" Willy aliongeza. Mara aliona machozi yanamlengalenga Nyaso mara ya pili.

"Hapana!" Nyaso alijibu.

Willy alihisi wazo fulani lilimjia akilini mwake. "Nyaso, wazazi wako wako wapi?"

Nyaso hakumjibu Willy. Wote wawili walikaa kimya mpaka nyama ilipoletwa.

"Basi, sahau yote hayo unayofikiria ili tule nyama na kufurahi." Willy alimshauri Nyaso.

"Uliniambia jina lako ni Willy nani?" Nyaso aliuliza kwa unyonge.

"Willy Gamba."

"Nimewahi kulisikia jina kama hilo mahali fulani," Nyaso alisema.

"Kama siyo redioni, basi ni kwenye magazeti."

"Sijui, labda ni mtu mwingine. Kama ujuavyo baadhi ya watu wanayo majina yanayofanana."

"Willy, sijui nianzie wapi?" Nyaso alisema halafu akasita.

"Naona kama kuna kitu kinakukera moyoni," Willy alisema.

"Unajua Nyaso, kama kuna jambo linalokukera moyoni dawa ya kuleta nafuu ni kumwambia mtu. Ni vizuri zaidi ukimwambia mtu kama mimi ambaye hatufahamiani. Hivyo, itasaidia sana kwani huwezi kuwa na wasiwasi kwamba nitawaambia watu wengine. Mimi sijui marafiki zako na wewe huwajui marafiki zangu."

"Willy, nitakupa siri yangu ya maisha ambayo hakuna mtu mwingine anayeijua ila mimi mwenyewe. Pamoja na mwito wako wa kutaka nikueleze, huenda nisingekueleza. Lakini kwa kuwa wakati wa kutekeleza mpango umekaribia, nitakueleza tangu mwanzo."

Mara mhudumu alifika kwenye meza yao.

"Nyama ya hapa ni safi sana." Willy alinena.

"Ndiyo sababu iliyonifanya nikulete hapahapa," Nyaso alidakiza.

"Msee, hapa nyama ni safi kabisakabisa." Mhudumu aliongeza.

"Wewe ni Mchaga?" Willy aliuliza.

"Ndiyo."

"Biashara kweli mnaijua." Willy alimsifia.

"Utafanya nini, baba'ngu?" Mhudumu aliitikia halafu akaondoka zake.

"Hebu endelea." Willy alimkumbusha Nyaso.

"Mimi nilizaliwa miaka ishirini na sita iliyopita nikiwa ni mtoto wa tatu wa Dk. Soni." Nyaso aliendelea.

"Baba yangu alikuwa daktari wa mifugo na mama yangu alikuwa muuguzi. Miaka saba baada ya mimi kuzaliwa tulivamiwa na majambazi wakati wa usiku, huko nyumbani kwetu Moshi. Majambazi hayo yalivunja nyumba na kuwaua watu wote wa familia yangu isipokuwa mimi tu. Mtumishi wetu wa nyumbani pamoja na mlinzi wetu waliuawa pia. Hata mimi nilidhaniwa kuwa niliuawa. Majambazi yalipompiga mapanga dada yangu mkubwa, aliniangukia na sote wawili tukaanguka chini. Majambazi yalifikiri kuwa nami nilikuwa tayari nimekufa."

Aliposema hayo, Nyaso alinyamaza kidogo huku machozi yakimtoka.

Willy, ambaye alikuwa akimsikiliza Nyaso kwa makini na mshangao, alimshauri asilie.

"Unajua kuwa hapa tuko hadharani, hivyo nakuomba usilie."

"Sawa." Nyaso alijibu, halafu akaendelea.

"Walipokuwa wameamini kuwa wamemuua kila mtu, ndipo alipotokea yule mtu ambaye alikuwa amekodi majambazi. Lengo lake lilikuwa kuhakikisha kwamba kazi aliyowatuma ilikuwa imetekelezwa ndipo awalipe ujira wao. Mtu huyo nilimwona na kumtambua. Halafu, nafikiri nilizirai, kwani nilipopata fahamu nilijikuta hospitali huku nimezungukwa na wauguzi pamoja na askari polisi. Baada ya siku mbili niliruhusiwa kutoka hospitali. Nilichukuliwa na polisi kisha niliulizwa maswali mengi. Ni ajabu kwamba sikuweza kukumbuka jambo lolote. Mwisho wake waliniachia kisha nikachukuliwa na masista wa madhehebu ya Kikatoliki. Wao ndio walionitunza na kunipeleka shule hadi nilipomaliza kidato cha sita."

Nyaso alinyamaza ili kumeza mate ya kulainisha koo.

"Ulisema huyo mtu ulimwona na kumtambua, lakini ulipopata fahamu ukiwa hospitali hukuwa na kumbukumbu naye tena?" Willy aliuliza.

"Ndiyo, lakini hebu nikwambie jambo nililotaka ulisikie: kwa sababu hiyo, mimi sina baba wala mama. Sina hata ndugu yeyote. Ndugu wa pande mbili za wazazi wangu walikaa kimya. Hakuna hata mmoja wao aliyejitokeza kunichukua kutoka kwa masista ili anitunze. Ufahamu Willy kwamba mimi nilikuwa mdogo na hivyo sikujua mambo mengi. Ndiyo sababu naitwa Nyaso tu, basi!"

Nyaso alitabasamu kidogo na kisha aliendelea, "Maisha yangu ya utoto yalikuwa ya ukiwa ingawaje wafadhili wangu walinipa kila kitu nilichohitaji. Mara kwa mara nilikuwa nakumbuka siku ile yalipotokea mauaji ya familia yetu. Sasa jambo la ajabu ni kwamba, nilipokuwa nasoma kidato cha sita, wanafunzi wa shule ya sekondari ya Kibosho tulipatwa na ajali. Baada ya kumaliza muhula wa kwanza, shule ilifungwa. Tulikodishiwa gari litupeleke mjini Moshi tayari kwa safari ya kwenda likizo. Lakini humo njiani, kabla ya kufika mjini, gari hilo lilipinduka. Mimi nilikuwa mmoja wa wanafunzi waliopata majeraha kichwani, hivyo nikalazwa K.C.M.C. nilipokuwa nimelazwa, niliota ndoto kuhusu siku ile ya mauaji ya familia yetu. Ndoto hiyo ilinionyesha mambo yote yaliyotokea siku hiyo, ikinionyesha familia yangu. Niligutuka usingizini na kujikuta nimezungukwa na madaktari na huku jasho likinitoka mwili mzima. Nilipoulizwa na madaktari nilikuwa najisikia vipi, niliwajibu kuwa nilikuwa najisikia salama. Wote walishangaa! Hapohapo muuguzi mmoja alinieleza kwamba wakati nikiwa usingizini nilikuwa napiga kelele na kuhangaika. Alisema kwamba hata wao walikuwa na wasiwasi kuwa huenda nilikuwa karibu kukata roho."

"Ina maana kwamba njozi hiyo ilikufanya umkumbuke yule mtu aliyekodi majambazi?" Willy aliuliza kwa shauku kubwa.

"Ndiyo, na siku hiyohiyo niliruhusiwa nikatoka hospitali nikiwa mzima kabisa. Mtu yule nilikuwa namfahamu tangu nikiwa mtoto, kwani alikukwa rafiki yake marehemu baba yangu." Nyaso alisema huku akianza kulia tena.

"Jikaze ili uweze kunimalizia kisa hiki." Willy alidakiza.

"Je, ukimwona sasa, unaweza kumtambua?"

"Ndiyo, kwani mara nilipotoka usingizini nilimkumbuka barabara. Zaidi ya hayo, mtu huyo anaishi hapahapa Arusha na ni mtu mkubwa sana. Wakati huo nilipata wazo la kwenda polisi kueleza kisa hicho, lakini nilijua hakuna hata mtu mmoja ambaye angeniamini. Kwanza, miaka mingi ilikuwa imepita, na pili, mtu huyo alikuwa tayari kizito. Watu wangefikiri mimi nimekuwa kichaa kwa sababu ya ajali."

"Wewe uliamua kufanya nini?" Willy aliuliza tena.

"Nilifikiri sana juu ya hali halisi, halafu niliamua kulipiza kisasi. Niliamua kuchukua hatua mimi mwenyewe kwani serikali ilishindwa kuwakamata na kuwaadhibu wauaji hao. Niliona ni bora kuendelea na masomo kwanza, kitu ambacho nimefanya mpaka nikahitimu elimu ya chuo kikuu. Baada ya masomo niliwaomba masista ambao walinitunza ili niweze kufanya kazi serikalini. Waliniruhusu na kunitakia kila la heri, lakini mpaka sasa huwa ninakwenda kuwajulia hali, kwa sababu nawaona kama wazazi wangu. Unaelewa, wakati nikiwa shuleni nilikuwa naitwa Nyaso wa masista."

"Sasa wewe umeamua kulipiza kisasi kwa njia gani?" Willy aliendelea kuuliza.

"Usiniulize swali hilo. Tangu nimeota ile ndoto sasa yapata miaka minane. Kwa muda wote huo nilikuwa nikipanga na kupangua. Sasa naamini nimefikia uamuzi sahihi juu ya namna gani nitalipiza kisasi. Jukumu hili ni langu mwenyewe. Willy najua nitafanya nini. Kulipiza kisasi ni lazima."

"Nilipohitimu masomo ya chuo kikuu nilipangiwa kufanya kazi katika Wizara ya Uchumi na Mipango. Niliomba kituo changu cha kazi kiwe Arusha, kwani hapo ndipo alipo mbaya wangu."

"Je, mtu huyo anajua kuwa wewe ni mtoto wa Dk. Soni?"

"Hapana. Hawezi kujua kwa sababu mimi situmii jina hilo. Najulikana kwa jina la Nyaso wa Masista, basi. Na hii inaweza kunisaidia sana, kwani huyo mtu naonana naye mara nyingi, lakini hawezi kunitambua. Yeye ni mtu maarufu hapa, hivyo ni rafiki wa watu maarufu kama akina F. K."

"Ahaa! Kwa hiyo urafiki wako na F. K. una uhusiano na mtu huyo?"

"Siyo hivyo. Urafiki wangu na F. K. ulitokana na sababu tofauti kidogo. Kuhusu mpango wangu wa kulipiza kisasi, mimi nilihitaji uwezo mkubwa kipesa. Ilibidi nifanye kila liwezekanalo ili nimpate mtu anayeweza kunipa uwezo huo. F. K. ndiye aliyeonekana kuwa mtu wa kuweza kukidhi haja yangu. Hivyo, nilitupa ndoana yangu, na F. K. akanasa. Kwa hiyo, lengo langu limetimizwa, fedha ya kuendeshea operesheni yangu sasa ninayo. Ninaweza kuanza polepole kutekeleza mpango wangu. Sasa najisikia nafuu kwani nimemweleza mtu historia yangu."

Willy alimwangalia Nyaso kwa makini na mshangao vilevile. Mara alikumbuka maneno aliyoambiwa na mama yake mzazi.

"Mwanangu Willy, kila mara jihadhari na wasichana warembo kwani wana mambo."

"Lo! Kumbe Nyaso umeishi maisha ya taabu sana. Lakini napenda nikushauri kuwa siyo vizuri kulipiza kisasi kwani matokeo yake yanaweza yakawa mabaya zaidi; janga likazua janga. Hivyo, ninaku…"

"Ngoja, ngoja! Willy," Nyaso alimkata kauli.

"Mahali nilipofikia siyo pa kurudi nyuma. Janga gani linaweza likanitokea mimi zaidi ya kufa? Mimi siogopi kufa. Unajua kwa nini familia yangu ilipouawa, Mungu alininusuru?

Alifanya hivyo ili niweze kulipiza kisasi damu ya familia yangu ambayo ilimwagwa bila makosa."

"Je, unajua kwa nini mtu huyo alipanga familia yako iangamizwe?"

"Ndiyo, najua. Lakini siwezi kukwambia. Nimekwambia mambo mengi ambayo nafikiri yanakutosha. Najua wasiwasi wako unatokana na kuwaza kwamba naweza nikauawa pia. Mimi niko tayari kufa ili niungane na familia yangu huko peponi. Kula nyama tuondoke wala usiniangalie kwa masikitiko hivyo."

Palepale Willy alijua kuwa Nyaso alikuwa amepania kutekeleza matakwa yake. Lakini alimsikitikia sana msichana yule kwani alijua kwamba alikuwa mgeni katika mambo hayo. Hivyo, alijua kwa vyovyote Nyaso angekuwa na mwisho mbaya, hata kama mipango yake ingefanikiwa. Hata hivyo, Willy alimwona Nyaso msichana jasiri na kwa sababu hiyo alimheshimu sana. Kutokana na hali hiyo, Willy aliamua kumpasha mambo ambayo yangemfanya msichana huyu awe tayari kusaidiana naye, hasa kuhusu Chris Tondo na F. K.

"Sikiliza Nyaso," Willy alisema.

"Tangu nilipokuona mara ya kwanza nilijua wewe ni mtu wa aina gani. Wewe ni msichana mwenye sura nzuri sana. Nathubutu kusema umependelewa sana kwa kuumbwa vizuri. Vilevile, wewe una akili nyingi sana kinyume cha wasichana wengi na pia una uwezo wa kukabili mapambano."

"Hebu acha kunivika kilemba cha ukoka." Nyaso alimkatiza.

"Mimi nimeshapewa sifa za kila aina siku nyingi zilizopita."

"Sikiliza, Nyaso. Sifa ambazo umezisikia ni kutoka kwa wanaume walaghai wenye kukutaka mapenzi. Nia yangu siyo hiyo, la hasha! Kama hali ya mapenzi ikitokea kati yangu na wewe, basi itakuwa ni katika hali ya kawaida na siyo kwa kughilibu. Kitu nilichotaka kusema ni kwamba nilikuwa sijaona msichana aliyebarikiwa kama wewe mpaka akawa na akili nyingi, sura nzuri isiyoelezeka na pia hekima na ujasiri. Kwa sababu ya sifa hizo, nimekuheshimu. Ndiyo sababu nami nimeamua kukueleza juu ya maisha yangu mwenyewe na kwa nini niko hapa."

Willy alimtupia Nyaso jicho la mahaba.

"Usiniangalie hivyo na kuniumiza roho." Nyaso alilalamika.

"Sema tu unayotaka kusema."

"Kama nilivyokwambia hapo awali," Willy alisema. "Mimi naitwa Willy Gamba. Watu wengi wananijua kama mfanyabiashara. Lakini ukweli ni kwamba mimi ni mpelelezi katika Idara ya Upelelezi, Tanzania."

"Hivi kweli wewe ndiye yule Willy Gamba mpelelezi?"

"Kweli." Willy alimthibitishia.

"Nimewahi kusikia tetesi kama hizo," Nyaso alidakia.

"Ndiyo sababu nikakwambia niliwahi kusikia jina hilo. Lakini watu wengine husema kuwa habari zote kuhusu jina hilo huwa ni hadithi tu na wala hakuna mtu wa namna hiyo ambaye anaishi hapa duniani. Lakini tangu nilipokuona kwa mara ya kwanza, niliona vitendo vyako vinafanana na vile vya huyo Willy anayesifika. Sasa naamini kwamba ni wewe hasa. Nafikiri ninayo bahati kubwa kukufahamu. Sina shaka wewe utakuwa mwalimu wangu katika operesheni ninayotarajia kuendesha ili kulipiza kisasi."

"Usijali, ngoja kwanza nikueleze kilichonileta hapa." Willy alimwambia Nyaso.

"Baadaye utaona kwamba mambo mengine pamoja na hayo ya kwako ni kama mchezo."

"Sawa, Willy nakusikiliza."

Willy alimweleza Nyaso yote yaliyokuwa yametokea, kwa nini alikuwa Arusha na tuhuma zake dhidi ya Chris Tondo na huenda F. K. vilevile.

"Kwa hiyo Nyaso …." Willy alimalizia, "nakuomba unisaidie kwa kunipa habari ambazo zinaweza kunisaidia katika mapambano dhidi ya majasusi ya Afrika Kusini. Ushindi wetu ni ushindi wako vilevile."

Nyaso alimsikiliza Willy kwa makini. Alimtolea tabasamu la mwaka, kisha akasema "Usiwe na wasiwasi, Willy. Mtu kama wewe ndiye niliyekuwa namtafuta siku nyingi zilizopita. Tangu sasa hivi mimi niko mikononi mwako. Msaada wowote unaouhitaji kutoka kwangu hesabu kuwa umeupata."

Willy alijisikia joto la mwili likipanda. Akaamua kutoruhusu hali hiyo iendelee mpaka hapo kazi iliyokuwa mbele yao itakapokuwa imemalizika.

"Nyaso …." Willy alisema.

"Nakuomba unieleze yote kuhusu maisha ya F. K. pamoja na shughuli zake za kibiashara. Yale yanayohusu maisha yenu kama bibi na bwana unaweza ukayaacha."

Nyaso alimweleza Willy yote aliyoyajua kuhusu F. K. Chris Tondo pamoja na shughuli za Nyoka Tours and Safaris.

"Kama unahisi hao majasusi wamejificha mahali, basi ni nyumbani kwa F. K." Nyaso alisema.

"Kama nilivyokueleza, mimi na F. K. tumekuwa marafiki kwa muda mrefu, lakini nimefika nyumbani kwake mara chache. Nyumba yenyewe imejengwa kinamna, kwani 'White House' hasa ni kama Ikulu; hata sijui unawezaje kuingia ndani ya jumba hilo."

"Je, F. K. hajawahi kukueleza kitu chochote ambacho kinaweza kunisaidia kuingia ndani kwa urahisi?"

"Kitu ninachokumbuka ni kwamba, wakati wa penzi letu lilipokuwa bado motomoto, F. K. alinichukua ili nikalale kwake. Hii ilikuwa moja ya safari tatu tu, ambazo nimewahi kulala kwake. Wakati tulipokuwa tunazungumza, nilionyesha wasiwasi wangu kuhusu yeye kuishi peke yake katika jumba kubwa vile. Nilimweleza kuwa angeweza kushambuliwa na majambazi kwani alijulikana kuwa ni mtu tajiri sana. Lakini yeye alinifanya nisiwe na wasiwasi kwani alisema kuwa jumba lake lilikuwa limejengwa kwa namna yake. Aliongeza kusema kuwa kama angevamiwa, angeweza kutumia njia za siri ambazo ziko chini kwa chini mpaka akatokea nje ya seng'enge, ili akawajulishe polisi. Kwanza nilifikiri alikuwa anajigamba tu. Unajua wanaume wengi hupenda kujionyesha mbele ya wanawake kwamba ndiyo wenyewe. Lakini baada ya kusikia tuhuma dhidi yake, naamini alikuwa anasema kweli."

"Sehemu yake ina eneo gani?" Willy aliuliza.

"Ekari kumi na mbili," Nyaso alijibu.

Willy aliangalia saa yake na kuona ilikuwa saa mbili na nusu za usiku.

"Nyaso ..." Willy aliomba, "naomba twende ukanionyeshe kwa Chris Tondo. Ningependa nizungumze naye kidogo."

"Sawa Willy. Lakini tusitumie gari langu kwani linajulikana sana. Hapo nyumbani kwangu kuna gari la rafiki yangu kutoka Nairobi. Aliliacha pale halafu alipanda ndege kwenda Dar es Salaam. Heri tutumie gari hilo."

"Mawazo yako ni sahihi. Je, lina namba za Kenya?"

"Ndiyo."

"Haya twende. Si wewe mwenyewe unataka pilikapilika? Sasa basi zimeanza." Willy alimtania Nyaso.

Waliinuka toka vitini na kuondoka. Chris Tondo alikuwa anaishi sehemu iliyokuwa inajulikana kama 'Corridor Area.' Wakati Willy na Nyaso walipokuwa wanaelekea huko kupitia barabara ya Haile Sellasie, walipishana na gari dogo aina ya Datsun.

"Gari hilo ni la F. K. na anaendesha mwenyewe. Kwa kawaida huwa haliendeshi gari hilo. Mara nyingi huwaachia watumishi wake na yeye akatumia ile Benz yake, kwani anayo magari matatu hapo nyumbani kwake." Nyaso alimwambia Willy mara walipopishana na ile Datsun.

F. K. hakuwatambua.

"Huenda amechoka kuendesha magari makubwa," Willy alisema.

"Nyumba ya Chris Tondo ni ya nne kutoka hiyo hapo." Nyaso aliashiria kwa kidole.

"Basi, egesha mahali pazuri na mimi nitatoka kwa muda wa robo saa." Willy alimwambia Nyaso.

"Mimi nitaingia katika nyumba hii kumuona rafiki yangu." Nyaso alisema. "Nitatoka baada ya robo saa ambapo wewe pia utakuwa tayari. Tafadhali Willy, kama watu hawa ni hivyo unavyohisi, basi ni watu wabaya. Ni vizuri kuchukua hadhari wasije wakakudhuru."

"Usijali, tutaonana baada ya dakika hizo," Willy alisema huku akitokomea gizani.

Nyaso aliyekuwa anamwangalia Willy huku akitabasamu, alijisemea kimoyomoyo, "Jinsi nilivyomzoea! Utafikiri nimeishi naye miaka mingi. Hivi sasa ninavyojisikia ovyo kwa kumkosa kwa hiyo robo saa!" Nyaso aliondoka akaenda kupiga hodi mlangoni kwa rafiki yake.

Willy aliambaa mbaa kwenye vichochoro vya nyumba jirani na ile ya Chris Tondo. Aliwaona vijana wawili kwa mbali wakipotelea kwenye giza la michongoma ya nyumba iliyotazamana na ile ya Chris. Mara alitambua wale walikuwa vijana wa Hamisi. Kwa kuwa hakutaka wamwone, Willy alijipenyeza kwenye sehemu ya kushoto ya ua. Kwa ustadi kama wa paka, Willy alipanda ukuta na kudondokea uani bila kishindo. Aliangaza huku na kule na kwa bahati nzuri aliona dirisha la upande huo liko wazi. Aliona taa ilikuwa inawaka kwenye chumba upande wa sebule. Willy alihisi kilikuwa chumba cha kulala cha Chris. Basi, alijinyanyua, akakwea hadi ndani ya nyumba kupitia dirishani. Huku bastola ikiwa mkononi mwake, Willy alijikuta kadondokea bafuni. Alipofungua mlango taratibu, alijikuta yuko kwenye njia nyembamba iliyovitenganisha vyumba. Aliamua kwenda sebuleni ambako alihisi Chris angekuweko. Willy alifungua mlango kwa ghafla ili asimpe Chris nafasi ya kuwa tayari kujihami. Lakini alishangaa kukikuta chumba kile kikiwa kitupu. Taa ya mle chumbani ilikuwa inawaka, na Willy aliona jinsi chumba kile kilivyokuwa cha fahari isiyo na kifani. Alijongea na kuelekea kwenye chumba kingine ambacho pia kilikuwa kinawaka taa. Hata hivyo, Willy alishangazwa na ukimya uliokuwepo ndani ya jumba hilo. Alifikiri labda walipopishana na gari la F. K. Nyaso hakuona vizuri, kwani huenda hata Chris alikuwa kwenye gari lilelile. Wakati anafikiri yote hayo, aliamua kuendelea na mpango wake. Willy aliufungua mlango wa chumba hicho kwa kasi kama umeme. Kumbe loo! Mle ndani alikuta maiti tatu! Baada ya kuangalia vizuri aligundua kuwa watu watatu hao waliuawa kwa kupigwa risasi. Walikuwa ni Chris Tondo, msichana mmoja mrembo sana ambaye Willy alihisi alikuwa bibi yake Chris, pamoja na mlinzi mmoja ambaye alimtambua kutokana na mavazi yake.

"Bila shaka kazi hii ni ya F. K. ameniwahi." Willy alijisemea moyoni kwa uchungu.

Bila kupoteza muda, alitoka nje kupitia njia aliyokuwa ameingilia. Alipotoka nje, alimwona Nyaso naye anatokea kwenye lango la nyumba ya rafiki yake. Walipoingia ndani ya gari, Willy alimwambia Nyaso, "Hebu endesha gari haraka ili tutoke kwenye sehemu hii. Chris, mlinzi wake pamoja na bibi yake wameuawa. Nipeleke hotelini kwangu kwani sasa kazi imeanza." Willy alimwambia Nyaso.

"Huyo ni F. K., Willy. Ndiyo sababu tulikutana naye akitoka huku," Nyaso alisema.

"Bila shaka." Willy alikubaliana na Nyaso.

"Maskini Betty! Kauawa bure mtoto wa watu. Mimi ndiye niliyemtambulisha kwa Chris, oh Betty! Willy, uliyohisi ni kweli. F. K. utakiona." Nyaso alisema kwa uchungu.

Aliendesha gari kuelekea New Arusha Hotel. Willy alipoangalia saa yake ilikuwa saa tatu na robo. Alikuwa amechelewa robo saa, lakini alikuwa wamekwisha jua mengi.

SURA YA TISA

Kabla ya Usiku wa Manane

Wakati Willy na Nyaso walipokuwa wanaelekea New Arusha Hotel, F. K. aliwasili nyumbani kwake. Aliwaeleza wenzake kazi aliyoifanya.

"Kazi mliyonituma kuifanya nimeimaliza." Alisema

"Vema!" George alijibu.

"Sasa ni saa tatu na dakika kumi, mipango yetu itaanza saa ngapi?" P. G. aliuliza.

"Hebu nisikilize kwa makini," George alieleza.

"Nilikuwa kwenye chumba cha habari na nimewasiliana na kamanda wa Kulfut huko Afrika Kusini. Nilipompa habari kuwa tayari tumepoteza watu wawili alikasirika sana na kuniambia kwamba asingependa kusikia kitu kama kile tena. Alisema jambo hilo lilikuwa kinyume cha nia na matakwa ya serikali ya Afrika Kusini ambayo ni kuleta hofu isiyoelezeka kwa wapigania uhuru, nchi zilizo mstari wa mbele katika mapambano kusini mwa Afrika, na Afrika huru kwa ujumla.

"Ameongeza kusema ya kuwa usiku wa leo lazima uwe usiku wa kazi. Hapo kesho kamanda anataka kusikia habari za kilio kutoka Tanzania na Afrika nzima. Kama mjuavyo, mkutano wa wapigania uhuru umepangwa kuanza kesho saa tatu. Lakini amri tuliyopewa ni kwamba mkutano huo usiwepo na badala yake kuwepo vilio. Wale watakaokuwa wamesalimika watakuwa wanaikimbia Tanzania bila ya mpangilio wowote. Wakati dunia nzima itakapokuwa inakilaani kipigo tutakachokitoa kwa Tanzania, majeshi ya serikali yetu ya Afrika Kusini yatazivamia Msumbiji, Botswana, Zambia, Zimbabwe na Angola hapo kesho. Watu wa nchi hizo watabaki wamechanganyikiwa. Wakati dunia nzima inagwaya, jeshi letu la polisi litawafyekelea mbali watu weusi wenye kuleta ghasia ndani ya Afrika Kusini. Tutawachinja kama kuku na hivyo kuzima kabisa maasi wanayoyaita ukombozi."

"Hivyo, mnaona umuhimu wa kushinda katika mapambano yetu. Kamanda wetu amenipa majina ya viongozi wanne wa wapigania uhuru. Ameongeza kusema kwamba hao wote wakiuawa kwa siku moja, itakuwa ni kipigo cha kutosha kuzima vuguvugu la maasi katika Afrika kwa muda mrefu. Majina ya viongozi hao ni Mbeki, Jamana, Ntamazi, na Basweka. Je, F. K. una habari kuwa watu hao wanne wameshawasili?"

"Ndiyo, wote hao wamefikia Mount Meru Hotel na nambari za vyumba vya kulala ni hizi hapa." F. K. alisema huku akimpa George kijikaratasi chenye maelezo kamili juu ya viongozi wale.

"Umefanya kazi nzuri F. K." George alimpongeza F. K.

"Ahsante, kazi nzuri lazima ifanyike George ili lengo letu liweze kutimizwa." F. K. alisema.

"Sina shaka viongozi hao wanalindwa sana. Askari polisi, maafisa usalama na hao wapelelezi mashuhuri watatu wamewazunguka viongozi hao, hasa kutokana na mambo yaliyotokea jana. Tumshukuru F. K. kwa kuhakikisha usalama wetu na kukaa bila adui kujua tuko wapi, huku tukipata habari bila matatizo," George alisema.

"Hayo yote ni matunda ya mafunzo yako thabiti kama mwalimu wangu," F. K. alijibu kwa unyenyekevu.

"Hivyo, mpango ni kama ifuatavyo: kwanza kabisa lazima tuwakorofishe hao wapelelezi watatu. Bila kufanya hivyo, kazi yetu ya kuwafyekelea mbali viongozi hao wa wapigania uhuru itakuwa ngumu."

"Mimi nimepanga kwamba ni lazima Willy Gamba auawe leo kabla ya usiku wa manane. Inaonekana huyo ndiye ngao ya wengine waliobaki. Yeye akiuawa wenzake watabaki wamegwaya na kuchanganyikiwa wasijue la kufanya. Hawataweza kuchukua hatua yoyote kwa leo kwani watahitaji muda mrefu kutayarisha mpango mpya bila kuwa na Willy Gamba. Hii itatupatia sisi fursa nzuri ya kufunga kazi. Kabla ya jua kuchomoza kazi yetu itakuwa imekamilika," George alieleza.

"Mtu huyo atauawa vipi?" P. G. aliuliza.

"Mpango wa kumuua Willy utakuwa kama ifuatavyo: ...." George alisema kwa taratibu. "F. K. na vijana watatu watakwenda nyumbani kwa Hamisi. F. K. alieleza kwamba familia ya mzee Hamisi iko likizo, hivyo yeye anakaa peke yake kwa wakati huu. Vilevile, tunafahamu kuwa Willy na mzee Hamisi wanafanya kazi bega kwa bega kwani habari zote kutoka kwa bosi wa Willy zinapita ofisini kwa mzee Hamisi. Hivyo, F. K. na wenzake watamlazimisha mzee Hamisi amwite Willy kwa simu toka hapo hotelini kwake. mzee Hamisi atalazimishwa kumwambia Willy aje nyumbani kwake ili ampe habari muhimu sana kutoka kwa bosi wake. Bila shaka Willy atakuja na mtego wetu utamnasa. Atauawa tu." George alitabasamu alipoona nyuso za wenzake zimejaa furaha baada ya kusikia mpango wake.

"Sasa naamini kuwa unastahili kuwa kiongozi wetu," Dave alisema.

"Kwenye mtego kama huu, hata mimi ningenasa tu. Lakini vijana watatu tu hawatoshi, mtu huyo ni mbaya sana," F. K. alisema kwa sauti ya woga.

"Ok, nitakwenda nao mimi mwenyewe." Dave alijigamba.

"Hapana!" George aliingilia kati, "F. K. atakwenda na hao vijana mwenyewe. Dave unajua kwamba vijana wetu wanao ujuzi mkubwa. Vilevile mfahamu kwamba wakati Willy akiitwa kwa mzee Hamisi hatachukua hadhari kubwa kwani hatahisi kitu chochote kibaya. Hivyo, kazi yao itakuwa rahisi. Mara tu baada ya mzee Hamisi kumwita Willy, naye lazima auawe. Baada ya kumuua Willy, vijana wetu watarudi huku haraka kwa kazi nyingine zitakazofanywa baada ya usiku wa manane. Mimi, P. G. na vijana wawili tutakwenda kukagua mazingira ya Mount Meru Hotel na Jumba la Mikutano la Kimataifa la Arusha ambamo mkutano unatarajiwa kufanyika. Tunataka kutega mabomu ya saa kwenye sehemu hiyo. Kwa hiyo, F. K. baada ya kumwita Willy na kumuua, kazi nyingine utawaachia vijana. Wewe utachukua gari la Hamisi kwani litahakikisha usalama zaidi, halafu utufuate Mount Meru Hotel ili utuonyeshe chumba cha mikutano ambamo tunatarajia kutega mabomu. Baada ya kumuua Willy, vijana watarudi huku haraka kwa gari lako. Wewe Dave utabaki hapa na vijana watatu ukisubiri kazi yenyewe ya usiku wa manane. Mipango zaidi nitawajulisha saa tano usiku wakati tukijitayarisha kwa mapambano yenyewe. Naamini nyote mmenielewa."

"Mipango ni barabara kabisa." Dave alisema huku akinyoosha viungo vyake vya mwili.

"Hivi kwa nini mnataka kutega mabomu? Si watu hao tutawaangamiza usiku huu ili mkutano usifanyine kesho?" P. G. aliuliza.

"Katika kazi hii hakuna kuacha mwanya hata kidogo. Kama hatukufanikiwa kuwauwa wote kwa leo, basi wale watakaodiriki kuendelea na mkutano kesho, nao watauawa vilevile." George alijibu kisha akatoa tabasamu pana.

"Baada ya kufunga kazi hiyo sisi tutaondoka vipi hapa?" Dave aliuliza.

"Usiwe na wasiwasi." George alijibu.

"Mipango yote imetayarishwa na F. K. ukipata muda ingia chumba namba kumi." Haya twendeni kazini vijana na Mungu atusaidie." P. G. alisema.

"Amina!" wengine walijibu kwa pamoja huku wakiinuka tayari kwa kuondoka.

***

Ilikuwa yapata muda wa saa tatu na nusu usiku wakati Willy na Nyaso walipopiga hodi kwenye chumba cha Willy baada ya kujua kwamba wenzake walikuwa wanamsubiri humo ndani.

Willy na Nyaso walifika pale chumbani kwa kupitia njia tofauti kama walikuwa hawafahamiani. Willy alipanda kwa kutumia ngazi wakati Nyaso alitumia lifti.

"Nani?" Bon aliitikia mwito wa hodi kwa sauti kali.

"Willy!"

Bon alifungua mlango akiwa na bastola mkononi, alipomuona msichana, Bon alirudisha mlango haraka.

"Na wewe woga umezidi, karibu ndani Nyaso." Willy alimkaribisha huku akirudisha mlango baada ya Nyaso kuingia ndani.

"Mama!" Mike alisema kwa mshangao.

"Nini?" Willy aliuliza kwa kebehi.

"Wewe huwa unawatoa wapi hawa? Huyu ni malaika au mwanadamu?" Mike aliendelea kushangaa.

"Wewe unafikiri vipi?" Willy aliuliza.

"Malaika!" Mike na wote waliokuwemo humo chumbani wakatabasamu.

"Subiri sasa niwafahamishe kwa huyu malaika. Mtoto huyu anaitwa Nyaso. Ni Nyaso tu, msiulize zaidi. Nyaso, hawa ndiyo rafiki zangu niliokuwa nikikueleza. Yule maneno mengi ni 'Kikuyu' toka Kenya. Huyu ni Bon toka Afrika Kusini na yule pale anayejifanya mkimya ni Rocky kutoka Zimbabwe." Willy alisema.

"Nafurahi kuwafahamu." Nyaso alijibu.

"Sisi ndiyo tunapaswa kufurahi kwani kumfahamu mtoto mzuri kama wewe ni furaha ati," Mike alisema.

"Willy, kweli Watanzania mnatoa watoto, mimi hata la kusema sina. Hivi vijana hapa mtaweza kujenga nyumba? Mtoto kama huyu akisema umpe mshahara wako wote wa mwezi unaweza kukataa? La, hasha!" Rock alisema.

"Ahsante kwa sifa ulizonipa," Nyaso alisema.

"Sikia sauti yake nyororo!" Bon aliongeza.

"Wacha sauti na sura. Nyaso anayo mengi zaidi," Willy aliasa.

"Haya Willy, umemleta mrembo huyu ili tukusifu au unayo mengine zaidi?" Mike aliuliza.

"Wacha maneno mengi, ninyi Wakenya mkijua Kiswahili kadiri sisi Watanzania huwa hatufui dafu," Willy alisema.

"Hayo ndiyo maendeleo," Mike aliongeza.

"Hebu jamani, nisikilizeni kwa makini. Sikuja hapa na msichana huyu ili kuwakoga. Kusema kweli, mambo yamepamba moto tayari na ni lazima na sisi tuwe kazini," Willy alisema.

Halafu aliwaeleza juu ya mazungumzo yake na Nyaso juu ya F. K. na mwisho jinsi walivyokwenda kwa Chris na kukuta ameuawa.

"Tuna hakika kwamba F. K. ndiye aliyefanya mauaji hayo. Mimi ninahisi amekuwa na wasiwasi baada ya kusikia kwamba mimi nimemhoji sana Chris. Kwa hiyo, aliamua kutumia mbinu zilezile za siku zote, yaani maiti haina maneno. Hii ina maana kwamba fumbo limefumbuliwa tayari. Majasusi tunayoyatafuta yamejificha kwa F. K. kutokana na maelekezo ya Nyaso kuhusu jumba la F. K. lilivyo, ni dhahiri kwamba majasusi hayo yako mle ndani. Hivyo kazi imebaki kwetu," Willy alisema.

"Sasa mipango iko vipi bosi?" Bon alimuuliza Willy.

"Kwanza kabisa, mimi na Nyaso tutakwenda kufanya uchunguzi kwenye jumba la F. K. kama nilivyoelezwa, jumba hilo lina njia za chini kwa chini. Na kama hivyo ndivyo, basi ni lazima mle kuna sehemu nyingi ambazo ni za siri. Kwa sababu hiyo mimi naona ni bora niende na Nyaso ambaye atanionyesha mahali lilipo jumba hilo. Baada ya kufanya utafiti, nitarudi hapa ili tujadili jinsi gani ya kuyakabili hayo majasusi usiku huu, au mnasemaje?" Willy alisema.

"Hisia zetu ni sahihi. Sasa kwa nini sote tusivamie jumba hilo mara moja na kufunga kazi?" Mike alipendekeza.

"Hapana, Mike." Willy alijibu.

"Huenda kazi yenyewe isiwe rahisi kama unavyofikiri. Haitakuwa vizuri sisi kujitumbukiza bila kufanya uchunguzi. Uwezekano wa kuangamia sisi sote upo na hilo litakuwa pigo kubwa Afrika huru na kwa wapigania uhuru wa Afrika Kusini.

Hivyo, itakuwa ni ushindi kwa Makaburu. Amini usiamini, mapambano yanayoendelea huko Afrika Kusini, kwa kiwango kikubwa yanategemea ushindi wetu."

"Mimi nakubaliana na wewe," Bon alisema. Halafu akaendelea, "kusema kweli, vita kamili vimeanza ndani ya Afrika Kusini. Ushindi wetu hapa utawatia hamasa vijana wa kizalendo ambao wanapambana na askari wa Makaburu. Nia ya Makaburu ni kutuvuruga sisi huku na kufanya wanaukombozi walio ndani na nje ya Afrika Kusini kuchanganyikiwa. Vita vya ukombozi tayari vimevuka hatua ya kutumia mawe na marungu. Awamu hii ni ya kutumia silaha za moto. Hivyo, na sisi tuwe tayari kujitoa muhanga ili matunda ya uhuru yapatikane kwa watu wetu."

Willy alikuwa karibu kuzungumza jambo fulani, mara simu ililia. Wote waliangaliana halafu Willy aliamua kuisikiliza simu.

"Hallo!" Willy aliitikia baada ya kuunyakua mkono wa simu na kuuweka sikioni.

"Mimi mzee Hamisi, naomba kuzungumza na Willy." Sauti ya mzee Hamisi ilisikika sikioni mwa Willy. Mwenyewe nazungumza. Habari za saa hizi, mzee?" Willy alijibu.

"Habari ni nzuri. Willy nakuhitaji uje hapa nyumbani kwangu haraka kwani nina habari muhimu sana." Hamisi alisema.

Willy alisita kidogo halafu akajibu, "sawa nakuja."

Alikata simu bila kusema maneno zaidi.

"Huyo ni nani?" Mike aliuliza.

"Ni mzee Hamisi, anasema kuwa ni lazima niende nyumbani kwake kwani ana habari muhimu." Willy alijibu.

"Hivi sasa itabidi mimi, Rock na Nyaso tuandamane mpaka kwenye jumba la F. K. sisi tutafanya utafiti halafu turudi hapa." Bon alishauri.

"Hivyo ni sawa, wewe Mike huna budi kubaki hapa. Kama kuna habari zozote, tutawasiliana. Bon na Rocky ni lazima kuchukua hadhari kubwa kwani katika mazingira ya jumba lile, kunaweza kukatokea jambo lolote," Willy aliasa.

"Huyu Hamisi anakaa wapi?" Nyaso aliuliza.

"Anakaa kwenye nyumba za maafisa huko Kijenge, karibu na barabara iendayo Themi Hill. Kwa hiyo, tutaondoka wote halafu ninyi mtaniacha barabarani. Baada ya kuzungumza na mzee Hamisi, mimi nitatafuta mwenyewe usafiri wa kunirudisha ili tukutane hapa tena. Sasa Nyaso, wewe teremka chini na kutusubiri kwenye gari." Willy alieleza.

Wote watatu walichukua silaha ambazo walifikiri wangezihitaji. Willy pia ingawa alikuwa anakwenda kwa mzee Hamisi, alichukua silaha akiwa tayari kwa lolote lile. Wanaume walikwisha jua kwamba walikuwa wanawinda na wakati huohuo wakiwindwa. Mike, ambaye alikuwa na jukumu la kubaki pale hotelini, naye alikaa tayari na silaha zake. Walipokuwa tayari, walielekea kwenye gari huku kila mmoja wao akitumia njia tofauti na wengine.

"Ahsante." F. K. alimwambia mzee Hamisi baada ya kuzungumza na Willy.

"Hebu ondoa huo mtutu wa bastola kwenye kichwa changu. Unajua mimi ni mzee sasa na kuniweka katika hali ya hofu kunaweza kusababisha nipate ugonjwa wa moyo. Kazi uliyotaka nimekufanyia, unataka nini zaidi?" mzee alilalamika.

"Haha!" F. K. aliangua kicheko cha jeuri halafu akaendelea, "Mzee Hamisi, sina budi nikushukuru kwa yote uliyonifanyia maana bila kupata habari ulizonipa, mipango yangu isingefika hatua hii. Wewe ni mtu mwenye ujuzi na uzoefu katika shughuli za usalama. Sina shaka umeshahisi kitu gani kinatendeka baada ya kuona umevamiwa na kundi la Wazungu. Hawa ni askari kutoka Afrika Kusini ambao wamekuja kufanya kazi ambayo hisia zako zinaonyesha. Siku zote ulipokuwa unatoa habari kwangu ulikuwa unatoa habari hizo kwa Afrika Kusini. Unafahamu fika kwamba wewe ni msaliti wa nchi yako. Hii imetokana na ninyi watu wenye vyeo serikalini kupenda pesa. Pesa nilizokupa zilikufanya uisaliti nchi yako. Ha! Uchu wa pesa utaimaliza Afrika. Je, unajua adhabu ya msaliti ni nini?"

"Usiniue F. K. kwani hata ukiniua, Willy atakumaliza......" Hamisi alisema huku akipapatika.

"Stumke, fanya kazi yako." F. K. aliamrisha. Mzee Hamisi aliinuka na kabla hajachukua bastola yake kutoka kwenye koti lake, alipigwa risasi ya paja na kichwani, akafa hapohapo.

"Sasa msubirini Willy." F. K. alisema huku akimpa Stumke swichi ya gari lake. "Nina imani kazi yenu itakuwa rahisi."

Stumke alikuwa kiongozi wa yale majasusi yaliyomvamia mzee Hamisi na ambayo sasa yalikuwa yakimsubiri Willy. Baadaye F. K. alichukua funguo za marehemu Hamisi kutoka mezani kwake na kuaga akisema, "Stumke, tuonane nyumbani. Lakini nawashauri mkae macho sana. Ingawa Willy atakuja bila hadhari, ni mtu hodari kupindukia. Msimpe mwanya bali mtumie mbinu zote mnazozifahamu.

"Usiwe na wasiwasi, F. K. mimi nilishaongoza kundi hilihili na kuteketeza kikosi kizima huko Namibia. Itakuwaje tushindwe na mtu mmoja? Huyo mfute kutoka kwenye orodha ya adui walio hai. Labda asitokee!" Stumke alijigamba.

***

Willy na wenzake walikuwa wanaingia kwenye barabara kuu ielekeayo Themi Hill walipishana na F. K. ambaye alikuwa akiendesha gari la Hamisi kuelekea mjini. Si F. K. wala Nyaso ambaye alimtambua mwenziwe kwani wote walikuwa wanaendesha magari ambayo hayakuwa yao. Lakini Willy aligeuka na kuliangalia gari hilo ambalo lilikuwa linakwenda kasi na kupotea gizani.

"Hilo kama gari la mzee Hamisi." Willy alisema baada ya kugutuka.

"Itakuwaje akuite halafu atoke?" Bon aliuliza kwa mshangao.

"Hapo sasa!" Willy aliitika.

"Kama una hakika ni lenyewe basi si jambo la kawaida." Rock alisema.

"Huenda ameona nimechelewa, hivyo akaamua kunifuata," Willy alijibu.

"Lakini hatujachelewa hata kidogo," Rocky aliongeza.

Wakati huohuo walikuwa wamekaribia sehemu ya Kijenge ambako Hamisi alikuwa anaishi.

"Nyaso simama hapo pembeni," Willy alisema.

Nyaso alijisikia raha kwani alijua yeye alikuwa msichana pekee aliyepata fursa ya kuwaendesha wapelelezi mashuhuri wa Afrika, hasa wakiwa katika harakati za mapambano. Alisimamisha gari pembeni mwa barabara na Willy aliteremka.

"Haya nendeni lakini mjihadhari sana. Huko mwendako panaweza pakawa moto. Nawatakia kila la kheri." Willy alisema.

"Ahsante!" Bon na Rocky walijibu kwa pamoja.

Nyaso aliendesha gari kuelekea Themi Hill baada ya kumwacha Willy. Willy naye taratibu aliambaa kwa kufuata ua wa sehemu hii kuelekea nyumbani kwa Hamisi. Nyumbani kwa marehemu Hamisi, wakati huo, Stumke alikuwa amepanga watu wake tayari.

"Mtu huyu akiingia sharti auawe mara moja. Hakuna kusubiri. Yeyote atakayekuwa kwenye sehemu nzuri ya kumuua lazima afanye hivyo mara moja. Kama tulivyokwisha ambiwa, mtu huyu ni wa hatari sana. Kila mtu awe macho." Stumke aliwaonya wenzake.

Stumke alitokomea gizani. Aliambaa kwenye ua huku akielekeza macho na mawazo yake kwenye lango la nyumba. Majasusi mengine mawili yalikuwa yamejibanza kwenye ua. Jasusi jingine lilikaa langoni kwani hilo ndilo ambalo lingemfungulia Willy. Kila wakati yaliposikia muungurumo wa gari, yalijiweka tayari lakini hakuna gari lililojitokeza pale nyumbani. Gari ya Nyaso liliposimama, Stumke kutokana na uzoefu wa kazi yake, alihisi huenda mtu wao angeweza kuteremshwa njiani na kuingia pale kwa kutembea. Hivyo, aliwashauri watu wawe macho kama mtu huyo angefika hapo kwa miguu.

Kengele ya ilani ilizidi kulia kichwani mwa Willy baada ya kila hatua aliyopiga kuelekea kwenye nyumba ya Hamisi. Ilikuwa kawaida yake kwamba kila wakati hali hiyo ilipotokea, Willy alichukua tahadhari.

Wakati huohuo Willy aliamua kupitia mlango wa nyuma badala ya ule wa mbele ya nyumba. Aliuzunguka ua wa nyumba huku akinyata kama paka amnyatiae panya. Aliuruka ua huo wa michongoma na kutua ndani kwa kishindo kidogo. Jasusi lililokuwa upande wa kulia liligutuka kidogo, likaamua kuja kuangalia kuna nini. Lakini kwa kuwa masikio ya Willy yalikuwa na uzoefu kama wa mnyama awindwaye porini, aliweza kusikia mtu anajongea. Willy aliinuka mara moja na kujibanza kwenye pembe ya kulia ya nyumba. Aliangalia kwa chati na kumwona yule kaburu anamsogelea akiwa na bastola mkononi. Macho ya Willy, kama ya yale majasusi yalikwisha zoea giza. Hivyo, aliweza kuona vizuri.

Willy alikuwa na bastola mkononi, lakini aliamua kuirudisha kwenye mkoba wake, akajitayarisha kulikabili jasusi kwa mikono. Palepale alijua kuwa kuitwa kwake nyumbani kwa Hamisi kulikuwa ni mtego na kwa hiyo ilibidi awe tayari kwa mapambano. Lile jasusi lilisogea karibu na alipokuwa amejibanza Willy. Willy aliliacha mpaka likafika kwenye usawa kabisa na alipokuwa amesimama ndipo alipolirukia na kulikaba koo kiasi kwamba lile jasusi halikuwa na muda wa kuweza hata kukoroma. Willy alivunja shingo ya lile jasusi ambalo lilikata roho bila kutoa sauti. Taratibu Willy aliilaza chini maiti yake.

Jasusi jingine lilipoona mwenzake anakawia kurudi lilitoa ishara kwa lile lililokuwa kwenye lango. Lilikuwa linalijulisha kuwa linaelekea nyuma ya nyumba. Wakati huo damu ya Willy ilikuwa tayari imechemka kwa vita. Mara aliliona jasusi jingine linakuja mbio. Willy alilisubiri akitabasamu kwani lilikuwa linakwenda ovyo bila hadhari. Lakini lilipokaribia mahali Willy alipokuwa, lilisimama kana kwamba lilikuwa limegutushwa na jambo fulani. Willy alijua kuwa kama angesubiri, bila shaka angeonekana. Kama risasi, Willy alifyatuka na kulirukia lile jasusi pale lilipokuwa limesimama. Alilikata mkono wa kareti na kulipasua kichwa. Wote walianguka chini.

Walianguka kwa kishindo ambacho kilimshtua Stumke na lile jasusi kwenye lango. Wakiwa kama watu waliotiwa ufunguo, walikimbia kuelekea mahali alipokuwa, mmoja alipitia kushoto na mwingine kulia. Hapohapo Willy aligundua kuwa jasusi lile lilikuwa tayari limekufa, hivyo aliinuka haraka. Aliruka kama nyani na kukamata sehemu ya juu ya ukuta. Alijipinda na kupanda juu ya paa akajibanza. Mara tu baada ya kupanda juu ya paa la nyumba, Stumke na mwenzake walifika kwenye sehemu ambayo Willy alikuwa amesimama muda mfupi tu uliopita. Waliwakuta wenzao wawili wamekufa. Waliingiwa na woga sana.

"Grande, mtafute haraka tumuue, unasikia?" Stumke alimwamrisha mtu wake mmoja huku akiwa na wasiwasi mwingi.

"Willy, uko wapi? Njoo tuonane uso kwa uso kama kweli wewe ni mwanamume!" Grande alisema kwa sauti.

Willy ambaye alikuwa amelala juu ya paa alijisikia raha alipoona majasusi yale yanapapatika kwa woga. Mara aliinuka na kujirusha katikati yao kwa mwendo mkali. Lakini wakati akiwa bado yuko hewani aliipiga teke bastola ambayo Grande alikuwa nayo mkononi. Silaha hiyo ilianguka upande wa pili wa ua. Stumke ambaye alikuwa ameangalia upande mwingine, aligeuka na kufyatua risasi. Wakati huohuo Willy alijiviringisha chini na risasi zile zikampata Grande.

"Stumke, umeniua! Aibu …." Grande alilalamika halafu akakata roho palepale. Willy aliamka na kumuwahi Stumke. Aliipiga teke bastola yake ambayo iliruka na kutua juu ya paa la nyumba. Mara mapambano makali yakaanza.

Stumke alimpiga Willy teke la tumbo ambalo lilimpata barabara na kumwangusha chini. Kabla hajaweza kusimama Stumke limwongezea teke jingine la ubavuni. Halafu, aliamua kumrukia ili ammalize kabisa. Kumbe Stumke alikuwa amefanya makosa. Wakati huohuo Willy alijiviringisha kidogo na Stumke akamkosa. Willy alijipinda na kusimama. Alikuwa akijisikia damu inamwenda mbio kutokana na kipigo alichokipata. Hasira zilikuwa zimepanda. Angeweza kummaliza Stumke palepale, lakini Willy alimpa nafasi naye ainuke. Jambo hili lilimshangaza sana Stumke.

"Simama kaburu mshenzi wee! Ulichokuja kutafuta leo utakipata. Kama mlifikiri mkutano hautafanyika mlijidanganya. Wakati ukiwa jehanamu mkutano utakuwa unaendelea!" Willy alisema kwa hasira.

Stumke alikuwa bingwa wa kareti katika jeshi la Kulfut. Hivyo alimsikitikia Willy kwani alifikiri angeweza kummaliza mara moja. Aliamini kwamba hakuwepo mtu yeyote kutoka nchi za Afrika ambaye angediriki kupigana naye. Stumke alikuwa mwoga katika mapambano ya kutumia silaha, kama vile bastola. Lakini kama mtu alipambana naye kwa mbinu za kareti, basi alimhesabu mtu huyo kuwa ni marehemu.

"Utajijutia leo," Stumke alisema.

Mara alimrukia Willy na kutoa mapigo matatu ya kareti ambayo hata Willy hakuyatarajia kamwe. Stumke alishangaa kwani Willy aliyazuia yote. Mapigo ya namna hiyo Stumke aliyatumia mara chache katika mapambano. Na kila lipoyatumia ni watu wachache tu ambao waliweza kuyazuia. Jambo ambalo alikuwa hajui ni kwamba Willy alikuwa ninja. Stumke alibadili mbinu na kutumia zile za hali ya juu kabisa. Alitoa pigo la kwanza ambalo Willy alilikwepa. Alitoa pigo la pili na Willy akalizuia. Alipotoa pigo la tatu, Willy akamkamata mkono ghafla. Aliupiga kwa kiganja chake, akavunjika. Hata hivyo, Stumke alijirusha na kumpiga Willy teke la farasi ambalo lilimwangusha chini. Wakati huohuo Stumke aliguna kutokana na maumivu ya mkono wake uliovunjika. Alimtupia Willy teke la mauti lakini akaambulia patupu! Willy alikuwa amejipinda kama swala na kuushika mguu wa Stumke ukiwa bado hewani. Aliupinda na kufyatua mfupa wa goti. Willy alimsukumiza Stumke kwenye ukuta ambapo aligonga kichwa chake na kuona nyota. Fahamu zilimpotea. Willy alimfuata kwa kasi na kumkata kareti iliyoacha mkono wake wa pili bila kuwa na kazi. Alimtingisha huku akisubiri fahamu zimrudie.

Stumke alipopata fahamu, alijua kuwa ameshindwa. Hivyo, kama lile jasusi Paul lilivyofanya, Stumke alitoa ulimi wake nje na kuukata haraka kwa meno. Kwa hasira, Willy alimtia ngumi moja Stumke halafu akamuacha akate roho kwa kutokwa na damu.

"Ama kweli majasusi haya ni majitu ya ajabu. Kujiua kwa kujikata ulimi ni jambo geni kabisa!" Willy alijisemea huku akielekea ndani ya nyumba. Mle ndani aliikuta maiti ya mzee Hamisi. Hapohapo akagundua kuwa mzee Hamisi alikuwa amelazimishwa kumwita kwa simu aje auawe kama yeye. Vilevile, Willy aligundua kuwa kama majasusi hayo yaliweza kuutumia uhusiano wake na Hamisi, basi tayari yalikuwa na habari nyingi juu yao. Willy alijipongeza, bahati yake nzuri kwani mtego waliokuwa wamemwekea ilikuwa bahati kuukwepa.

Mawazo mara yalimjia. Alifikiri jinsi F. K. alivyokuwa anaaminiwa hapo Arusha na Serikali na Chama. Kama kweli anahusika, bila shaka ndiye aliyetayarisha mpango mzima. Mzee Hamisi asingeweza kumhisi kitu F. K. Ndiyo sababu waliweza kumwingia kwa urahisi. Mzee Hamisi alikuwa anajulikana kama mtu matata isingekuwa rahisi kwake kuuawa 'kike' hivyo. Willy aliamua kurudi alipokuwa amelala Stumke. Alimkuta bado hajakata roho kabisa. Alimpapasa ili kuona kama angepata kielelezo chochote. Hakukuta kitu zaidi ya funguo za gari. Alizichukua na kuelekea sehemu ya mbele ya nyumba. Alikuta gari la aina ya Mercedes Benz. Alichukua kalamu yake ambayo ilikuwa na tochi na kumulika kwenye karatasi ya bima iliyokuwa imebandikwa katika kioo cha mbele cha gari. Bima hiyo ilikuwa imechukuliwa kwa jina la Firoz Kassam. Kwa kutumia funguo zilezile, Willy alifungua mlango wa gari na kuingia ndani. Aliwasha gari lile na kuondoka. Wakati akiendesha, Willy alijikuta akisema "we gari, nipeleke nyumbani kwenu na leo hii bwana wako atanitambua!"

"Jumba lenyewe ni lile pale!" Nyaso aliwaonyesha mara walipofika kwa F. K. seng'enge yote ile mnayoiona imezunguka eneo la jumba hilo."

Waliangalia eneo hilo kwa makini kwani kila sehemu ilikuwa inawaka taa.

"Hili ni jumba hasa," Rocky alisema.

"Wacha kulishangalia kwa nje. Ndani ni zaidi. Siku moja mimi nililala humo. Mara nilisikia mlio wa vitu fulani kutoka chini. Nilipomwuliza ilikuwa nini, F. K. alijibu huku akiwa nusu usingizini kuwa hao ni watu wanafanya kazi huko chini, wewe lala usiwe na wasiwasi. Mambo haya hayakufai! Siku hiyo ndiyo nilijua jumba hilo lilikuwa na vyumba chini ya ardhi. Siku nyingine F. K. alifurahi sana halafu akanieleza kwamba kama kungetokea jambo la dharura, jumba hilo lina njia mbili za kutokea nje kupitia chini ya ardhi. Aliongeza kusema kwamba njia moja inatokea magharibi na nyingine inatokea kusini mashariki mwa jumba hilo. Alinieleza pia kwamba kwa nje mtu yeyote angefikiri labda sehemu ya nje ni mahali palipofunikwa tu. Aidha, mfuniko wa njia ulionekana kama ule wa shimo la maji machafu." Nyaso alieleza huku akiendesha gari polepole.

"Mimi naona usimame hapa. Hivi sasa ni saa nne kamili. Sijui utaegesha wapi halafu utusubiri. Tusingependa walione gari lako." Bon alimwambia Nyaso.

"Itawachukua muda gani?" Nyaso aliuliza.

"Tupe nusu saa. Kama hatujarudi, ujue mambo yameharibika. Hivyo, utakwenda hotelini na kumweleza Willy," Bon alijibu.

"Una maana gani?" Nyaso aliuliza.

"Usiniulize maswali, fanya kama nilivyokwambia kwani hiyo itakuwa rahisi kwako." Bon alijibu kwa sauti kali kidogo.

"Haya bwana, mimi nakwenda kwa rafiki yangu hapo juu kwenye nyumba za wasabato. Saa nne na nusu juu ya alama nitakuwa hapa," Nyaso alijibu.

"Sawa, tutakuwa tumejibanza kwenye mti ule pale." Bon alieleza na halafu wakateremka. Nyaso aliondoka huku roho ikimdunda kwa wasiwasi.

"Kufuatana na maelezo ya Nyaso, jumba hili linazo njia mbili za kuingilia kwa chini. Moja iko Magharibi na nyingine iko Kusini-Mashariki. Wewe utaingilia ile ya magharibi na mimi nitapitia Kusini-Mashariki. Kama hatukuonana humo ndani, basi tukutane mahali petu kabla ya saa nne na nusu." Bon alimweleza Rocky.

Wote walitazamana kwani hisia zao ziliwajulisha kwamba walikuwa wanaingia mahali pa hatari. Huku wakiwa wamejizatiti walipeana mikono na kuingia kazini. Rocky alikuwa mtu wa kwanza kuuona mfuniko ulioziba mlango wa njia. Aliuinua taratibu na kuona ngazi za kuteremkia chini. Aliuweka kando mfuniko ule ili wakati wa kutoka nje usije ukampa taabu. Baada ya kufanya hivyo alichukua tochi yake ya ukubwa wa kalamu akamulika na kuteremka ngazi. Jambo ambalo Rocky hakufahamu ni kwamba wakati mfuniko ule ulipofunguliwa ulikuwa unapeleka miale ya ilani, ambayo ilionekana kwenye televisheni iliyokuwa chumbani kwa ajili ya usalama.

Dave alikuwa ndani ya chumba namba kumi akiangalia helikopta ya namna yake ambayo ilikuwa chumbani tayari kwa ajili ya kuwachukua majasusi baada ya kufanya maovu yao. Mara alisikia jasusi moja kwa jina la Terre likimwita. Terre na wenzake wawili walikuwa wamejinyoosha kwa mapumziko. Aligutushwa na makelele kutoka kwenye televisheni pamoja na picha ya mtu aliyeonekana akiingia kwenye njia ya siri upande wa Magharibi. Dave alipofika na kuona picha hiyo, aligundua mara moja kwamba yule alikuwa Rocky kutoka Zimbabwe. Dave alimtambua Rocky kwa sababu alikuwa ameonyeshwa picha za wapelelezi mashuhuri wa Afrika, majina yao na nchi walizotoka.

"Haya sasa, kazi imebaki kwetu. Huyu amejileta mwenyewe badala ya sisi kumtafuta. Terre na Garry nendeni kwenye mlango ule. Akifungua tu nataka mummalize mara moja. Sisi tunamuona, lakini yeye hatuoni. Hivyo, kazi yenu itakuwa rahisi. Hakuna haja mimi nihangaike. Nitakuwa nawaangalia kwenye televisheni. Sitaki mtumie bastola bali mikono yenu tu. Hapo ndipo watu hawa watatambua sisi ni nani." Dave aliamrisha huku furaha imemjaa moyoni. Dave na Howe walikaa tayari kushuhudia mapambano ambayo yangefuatia. "Huyu ni chakula chetu." Terre alijibu huku akiondoka pamoja na Garry. Walikuwa wamepandwa na mori kwani walitaka kuonyesha uhodari wao, pia kuwa wa kwanza kumwua mpelelezi mashuhuri wa Afrika. Bila kujua kwamba alikuwa anaonekana kwenye televisheni, Rocky aliendelea taratibu na kwa hadhari kubwa sana. Alipomaliza ngazi za kwanza, aliufikia mlango. Upande wa pili wa mlango, Terre na Garry walikuwa tayari wakimsubiri ili wamsaidie kutumbukia kwenye mtego. Walikuwa wameufungua mlango na kuuacha umerudishwa tu. Rocky alipojaribu kufungua mlango alikuta umerudishwa. Kutokana na uzoefu wa kazi yake wa muda mrefu, Rocky aliufungua mlango ghafla na kwa nguvu. Terre na Garry walitarajia Rocky angefungua taratibu na kuendelea kutembea. Badala yake alijirusha chini kwenye njia. Alifanya kitu ambacho hawakutarajia hata wakashindwa kufanya yale waliyokuwa wamepanga. Alijiviringisha chini na kujipinda huku akichukua bastola yake. Alifyatua risasi mfululizo ambazo zilimpata Terre na Garry. Wote wawili walikufa palepale.

Dave na Howe ambao walikuwa wanafuatilia mapambano kwenye televisheni, walishangazwa na kitendo hicho cha Rocky chenye kuonyesha ujuzi wa hali ya juu.

"Howe, twende tumkabili kwani naona mtu huyu ni hatari sana. Chukua bastola na mimi nipatie moja." Dave alimwagiza Howe.

"Wewe ni ninja, huyu atakuwa nini kwako?" Howe alimpandisha mori Dave.

"Unasema kweli, kama hujaniona kazini basi leo utaniona." Dave alijigamba huku wakielekea kwenye mlango katika njia ambayo Rocky alikuwa akitokea.

"Dave nafikiri tusisogee kwenye mlango kwani mtu huyu anaweza kutufanyia kama Terre na Garry. Heri tumsubiri hapa. Kwa kuwa chumba hiki ni kipana kiasi cha kutosha, hata kama akijirusha bila shaka ataimba tu." Howe alisema huku akijitayarisha na kumuangalia Rocky kwenye televisheni kwa mara ya mwisho.

Rocky aliendelea kunyata na kusogelea mlango wa chumba kile cha mapumziko.

Mlango wa sita wa maarifa ulimjulisha Rocky kwamba chumba alichokuwa akikisogelea kilikuwa cha hatari zaidi. Hivyo, alichukua hadhari. Alikuwa tayari amepandwa na mori ya kupigana. Kwa hiyo, alijiona alikuwa na uwezo wa kupambana katika hali yoyote ile. Dave ambaye alikuwa amesimama pembeni karibu na mlango ule, alitarajia Rocky angejirusha chini baada ya kuufungua. Badala yake Rocky aliruka hewani na kuufungua mlango kwa kuupiga teke akitumia miguu yake miwili. Wakati bado akiwa hewani, Rocky alijipinda na kutua njiani nyuma yake. Howe, aliyekuwa anamsubiri Rocky kwa hamu, alifyatua risasi tatu ambazo zote zilimkosa Rocky. Kitendo hicho cha Rocky kilikuwa hakikutarajiwa pia.

Dave alimwashiria Howe amfuate Rocky. Howe alijiviringisha chini kwenye njia huku akifyatua risasi ambayo ilimpata Rocky kwenye mkono wake wa kushoto karibu na bega. Wakati huohuo Rocky aliachia risasi ambayo ilimpata Howe kwenye paji la uso. Alikata roho palepale. Akiwa anasikia maumivu makali, Rocky alikimbia mpaka nyuma ya mlango kulikokuwa na maiti ya Terre na Garry. Aliurudisha mlango. Akachana shati lake mwenyewe na kujifunga mkononi ili kuzuia damu isitoke kwa wingi. Dave alijua Rocky alikuwa ameumia. Hivyo alimfuata na kuufungua mlango ule. Rocky alikuwa ameweka bastola yake chini. Dave aliruka na kumkumba Rocky wote wakaviringika chini.

"Rocky! Unakufa sasa!" Dave alisema kwa sauti ya juu.

Rocky alikuwa anasikia maumivu makali sana, lakini hali halisi ilimfanya asahau maumivu hayo. Aliinuka haraka akiwa tayari kukabiliana na jasusi hilo. Hapo mapambano makali yalianza.

Dave alimshambulia Rocky kwa mapigo safi yapatayo saba, lakini yote yalizuiwa. Hapo ndipo Dave alipogundua kwamba alikuwa anapambana na mtu mwenye ujuzi zaidi ya vile alivyotarajia. Hivyo, aliamua kutumia mafunzo ya uninja. Vilevile, Rocky aligunda kuwa Dave alikuwa na ujuzi wa hali ya juu. Hivyo, ilibidi atumie mbinu kali kuweza kumshinda. Dave alitupa ngumi, lakini Rocky alikwepa, nayo ikagonga ukuta na kutoa tofali moja lililoangukia upande wa pili. Wakati huohuo, Rocky alichukua nafasi hiyo na kumtia Dave mapigo makali ambayo yalimfanya aanguke chini. Hapo aliamua kuchukua bastola yake kwani aliona mtu huyu hakuwa 'saizi' yake. Hivyo, alijirusha, lakini kabla hajawahi kuichukua bastola yake iliyokuwa chini, Dave naye aliruka na kumuwahi Rocky hewani alipompiga teke la kichwa. Rocky alipoteza fahamu na kuanguka chini kwa kishindo.

Bon alinyata kutoka chumba hadi chumba. Alipofika kwenye chumba cha televisheni, aliona Dave anampiga Rocky teke la kichwa. Bon aligundua kwamba Rocky alipigwa teke la kininja ambalo asingeweza kustahimili. Bon alikimbia haraka kuelekea kwenye njia ambayo aliamini ndiko walikokuwa wakipigana huku hasira zimemjaa moyoni. Rocky alikuwa anapigana kishujaa. Bon alipofungua mlango na kuingia kwenye chumba walichokuwamo, kumbe alikuwa amechelewa! Dave alikuwa amemrukia Rocky na kumpiga teke la moyoni ambalo lilimuua palepale!

"Kufa mbwa mweusi we!" Dave alitukana. Mara aliona mlango unafunguliwa ghafla na Bon akiingia ndani.

"Mbwa we, umemwua Rocky, nawe utaambatana naye mpaka peponi." Bon alisema kwa uchungu huku machozi yakimtoka. Bon alikuwa na bastola mkononi. Angeweza kumpiga risasi Dave. Lakini badala yake aliitupa kando. Dave alishangazwa na kitendo cha Bon. Vilevile alimwonea huruma kwani aliamini hakuna mtu mweusi ambaye angepambana naye kwani yeye alikuwa ni ninja.

"Polepole sana, mbwa mweusi! Na wewe umejileta kwenye kaburi lenu?" Dave alijibu kwa dharau.

Bila kuchelewa, Bon alimrukia Dave na kumpiga vipigo, kimoja baada ya kingine, mpaka akaanguka chini. Lakini alijiviringisha na kuinuka haraka, tayari kumkabili Bon. Bon hakumpa nafasi kwani kabla hajasimama sawasawa, Dave alipewa vipigo kadhaa ambavyo vilimtatanisha. Hapo alibaini kwamba alikuwa anapambana na ninja kama yeye mwenyewe. Dave aliruka na kumtia Bon teke la ubavuni na kumzidishia hasira. Bon alimuwahi Dave na kumpiga teke moja la shingoni na jingine la kichwani kwa wakati uleule, ambayo yalimfanya achanganyikiwe. Bon aliipima hali ya Dave na kuona kuwa ni mbaya. Hivyo, alichukua nafasi hiyo na kumtia pigo takatifu la kifuani ambalo lilikibomoa na kufanya damu ifumuke na kutapakaa kila mahali. Kabla Dave hajaanguka chini, Bon alimwonyesha kiganja na kama kusema pigo linalofuata ni kisasi cha Rocky! Alimzibua tumbo na kuyatoa matumbo yake nje!

"Kufa kaburu mshenzi, we!" Bon alisema kwa hasira. Dave alianguka chini akiwa maiti. Bon aliangalia saa yake, ilikuwa saa tano kasoro dakika tano.

Ilikuwa yapata saa tano hivi wakati Willy alipokuwa anaegesha gari la F. K. karibu na ofisi za mjini za mauzo za General Tyre. Alikwenda haraka kwenye hoteli yake. Alibisha kwenye chumba chake na Mike akamfungulia mlango.

"Vipi mwenzetu, mbona umenuna?" Mike alimuuliza Willy.

"Hatari, akina Bon hawajarudi?" Willy aliuliza.

"Bado, mimi nina wasiwasi mkubwa." Mike alisema. "Je, umeonana na mzee Hamisi?"

"Mzee Hamisi ameuawa. Sasa hivi mtu wetu ni F. K. hivi ninavyokueleza, nimeshaua makaburu wanne." Willy alisema na kisha alimsimulia Mike yote yaliyotokea.

"Hivyo Mike, hapa mjini kuna kundi kubwa la makaburu wenye ujuzi mkubwa wa kupigana." Willy alimalizia.

"Kama ni hivyo, mimi napendekeza tulivamie jumba hilo kwani bila shaka majasusi yamo humo. Nashauri kwamba kama ikibidi, tuombe msaada wa polisi ama jeshi." Mike alisema.

"Hapana Mike. Kazi ya kupambana na majasusi haistahili kuhusisha polisi wala jeshi, kwani wao wanaweza kutumia mbinu za kijeshi tu na kusababisha maafa makubwa zaidi. Inatubidi sisi wenyewe tufunge vibwebwe na ..." kabla hajamaliza sentensi, walisikia mtu anapiga hodi kwa kugonga mlango. Bastola za wanaume hawa zikawa tayari mikononi. Willy alifungua kwa hadhari mlango huku bastola yake ikiwa mkononi.

"Pole, usiwe na wasiwasi." Willy alisema huku akimvuta Nyaso ndani na kufunga mlango.

"Wenzako wako wapi?" Mike alimuuliza Nyaso huku akitweta.

"Waliniambia niwapitie saa nne na nusu. Nilipokwenda kwenye sehemu tuliyoagana, sikuwakuta. Hapo mwanzo walinieleza kwamba kama nisingewakuta basi ilinibidi nije moja kwa moja huku ili niwaambie ninyi." Nyaso alijibu huku machozi yakimlengalenga.

Willy aliangalia saa yake na kuona kwamba ilikuwa saa tano na dakika kumi za usiku.

"Ninyi subirini hapa," Willy aliwaambia. "Mimi nitakwenda kuchunguza nini kimetokea. Tukiondoka wote tunaweza kupishana nao, hivyo tutakuwa tumewachanganya. Nipeni mpaka saa sita na nusu, kama hamkuniona, basi mjue mambo yameiva, hivyo njooni."

"Hapana Willy, tuondoke wote. Nyaso atabaki hapa ili kama akina Bon wakirudi waambie watufuate." Mike alisisitiza.

"Hapana Mike. Willy halielewi sawasawa lile jumba la F. K. sharti nifuatane naye ili nimuelekeze," Nyaso alisema.

"Sawa," Willy alisema. "Mike utabaki hapa nami nitafuatana na Nyaso. Akisha nionyesha, atarudi hapa. Kama ikifika saa tisa na wewe hujaniona, basi nifuate."

"La hasha! Mimi nitabaki huko na wewe ......"

"Nyamaza!" Willy alimkata kauli. "Nyaso wewe unajua watu wale pamoja na bwana wako ni wauaji. Je, unataka kufa au nini?"

"Hebu usiniambie kuwa bwana wangu ni muuaji! Kuna tofauti gani kati yake na wewe. Nyote si wauaji tu? Kwani mimi nilifahamu kuwa yeye ni muuaji?" Nyaso alijibu kwa hasira.

Willy alishikwa na hasira nusura ya kumnasa kibao Nyaso, lakini Mike aliingilia kati.

"Basi, basi, acheni hayo. Tunapoteza muda wetu. Wewe Nyaso usipende kugombana na wanaume. Utaumia. Mpeleke Willy kama alivyokwambia."

Nyaso alimtazama Willy kwa macho ya upendo. Alimkimbilia na kulala kifuani mwake huku akisema kwa sauti nyororo, "Samahani Willy, sikuwa na maana hiyo. Nakupenda, tafadhali jihadhari."

Willy alimvuta kwa mkono na wote wakatoka nje.

"Nawatakia kila la kheri!" Mike alisema.

"Ahsante!" Willy na Nyaso walijibu kwa pamoja wakati wakitoka nje.

***

Mnamo saa tano na robo za usiku F. K., P. G., George na vijana wao walikuwa wanarudi Themi Hill, nyumbani kwa F. K. Hii ilikuwa baada ya kutega mabomu kwenye jumba la Mikutano la Kimataifa la Arusha, yaani kwa kifupi kwa Kiingereza AICC (Arusha International Conference Centre).

"Kesho Afrika itagwaya." P. G. alisema.

"Kesho watu hawa watatambu nguvu zetu. Tanzania imezidi kuzihamasisha nchi zilizo mstari wa mbele katika ukombozi kusini mwa Afrika, lakini baada ya kesho serikali ya Tanzania itawafukuza wapigania uhuru wote nchini. Hiyo itatokana na pigo la kesho, tutatoa tangazo kuwa kama wataendelea kuwasitiri wapigania uhuru, sisi tutaingia Ikulu na kutia kipigo." George alijigamba huku F. K. akiegesha gari mbele ya nyumba yake. Walipoteremka walishangaa kwamba gari la F. K. lilikuwa halijawasili bado.

"Lo! Hii ina maana kuwa Stumke na wenzake bado wanamsubiri Willy?" George aliuliza.

"Sidhani …" P. G. alisema kwa sauti yenye kuonyesha wasiwasi kwamba kuna jambo ambalo halikwenda sawa. Waliingia ndani kwa kupitia mlango wa mbele. Walikwenda moja kwa moja mpaka kwenye chumba cha mapumziko walipokuwa wamemuacha Dave na wenzake. Walifungua mlango na kuingia ndani. Walipoangalia kwenye televisheni, waliona maiti zimelala njiani.

"Mungu wangu!" wote walisema kwa pamoja huku wakikimbilia zilipokuwa maiti.

"Mambo makubwa haya." F. K. aligwaya.

"Tumekwisha!" P. G. aliongeza.

"Sasa kazi imeanza." George alisema huku akiangalia maiti ya Dave na ile ya Rocky.

"Kazi hii ni ya ninja, ina maana katika watu hawa kuna maninja!" George alimalizia kusema na kwa mara ya kwanza aliingiwa na hofu.

"Dave, nitalipiza kisasi kwa ajili yako rafiki yangu." George aliongeza huku akichukua shuka na kuifunika maiti ya Dave.

Mara wote walirudi chumbani na kukaa ili kupanga wafanye nini kwani mambo yalikuwa yamebadilika.

"Jamani, mmeona ninyi wenyewe jinsi mambo yalivyobadilika. Mimi nahisi Stumke na wenzake wameshauawa. Hata hivyo ni lazima tushinde vita hivi. Hatuwezi kushtushwa na haya yaliyotokea. Kulingana na habari tulizo nazo ni kwamba Willy na Bon bado wangali hai. Kuanzia sasa ni wao wawili dhidi yetu watatu na vijana wetu wawili. Nina uhakika watatufuata hapa kwani wameshajua siri yetu. Ni heri tuwasubiri hapa ile tuweze kuwamaliza, ndipo tuwaandame viongozi wa vyama vya ukombozi. Hapo mwanzo sisi tulifanya makosa. Badala ya kuwamaliza watu hawa kwanza, tulijiamini kupita kiasi na kuwadharau. Lakini askari hawezi kufanya kosa lilelile mara mbili." George alieleza. "Maneno yako ni mazuri. Lakini mimi napendekeza tuwafuate. Kwa kuwa wanajua mahali tulipo, kuna uwezekano wakatafuta msaada wa polisi au hata jeshi ili kutuvamia. Huo utakuwa mwisho wa kazi yetu ambayo bado haijamalizika na ushindi bado. Hatuwezi kuruhusu hali hiyo itokee." P. G. alishauri.

"Hapana P. G." George alikataa. "Tukifanya hivyo ujue tumekwisha. Kwanza tulikuwa tunajua watu hao wako New Afrika Hotel. Lakini baada ya mambo yaliyotokea ni vigumu kubashiri wako wapi. Hatimaye, tutaanza kutafutana na tusikutane hadi kesho asubuhi. Hivyo ina maana kazi yetu itakuwa haikukamilika usiku huu kama ilivyopangwa. Pili, lazima tukumbuke kwamba watu hao ni wapelelezi wa muda mrefu. Wanaelewa sheria za mchezo huu. Hivyo, amini usiamini, hawawezi kutumia polisi wala jeshi. Watatuwinda wao wenyewe. Muda si mrefu kutoka sasa watakuja hapa maana mchezo umebadilika. Hivi sasa, sisi ndiyo wawindwa. Wao wanazo habari kamili kuhusu sisi kama sisi tulivyo na habari kuhusu wao. Jambo la kufanya hivi sasa ni kujiweka tayari kupambana nao."

"Mimi nakubaliana na maneno yako. George kama nilivyokueleza hapo mwanzoni, mipango imebadilishwa ghafla kwamba viongozi wa vyama vya ukombozi hawalali kwenye hoteli walizopangiwa. Tena hata polisi hawajui lolote kuhusu viongozi hao. Habari kuhusu viongozi hawa zimekuwa nyeti. Ni wapelelezi hawa tu ndio wanaojua viongozi hao wanalala wapi. Hivyo, sharti tujiweke tayari kwani watatufuata. Nasi tutawaulia mbali washenzi hao wasije wakaharibu kazi yangu ambayo imeonekana na mpango wa muda mrefu wa kuleta hofu katika nchi hii. Lazima ushindi uwe wetu." F. K. aliwatia mori wenzake.

Baada ya hapo George alianza kuwaeleza mpango wa kujiweka tayari wakati wakiwasubiri wapelelezi maarufu wa Afrika wakiongozwa na Willy.

***

Wakati George alipokuwa anawaeleza wenzake, Willy alikuwa anaagana na Nyaso karibu na nyumba ya F. K.

"Willy, tafadhali jihadhari. Nakupenda sana, Willy. Tafadhali ..." Nyaso alisema kwa sauti ya unyonge.

"Tulia mtoto, usinililie kwani nakwenda kazini. Lakini nitajihadhari na tutaonana baadaye." Willy alisema huku akimvuta Nyaso na kumbandika busu motomoto. Kisha Nyaso alimpa maelezo kuhusu jumba la F. K.

"Unasema Bon na Rocky walipitia kwenye njia za siri ulizowaelekeza?" Willy aliuliza.

"Bila shaka, maana baada ya kuwaelekeza wote walikubali kwa kuniashiria kwa vichwa vyao."

"Ok, mpenzi! Kwaheri!" Willy alisema huku akimvuta Nyaso na kumbusu tena.

"Willy tafadhali ..... tafadhali....." Nyaso alilalama huku machozi yakimlengalenga.

"Usinitilie uchuro, mtoto we!" Willy alisema huku akiyeyuka na kutokomea gizani.

Moyo wa Nyaso ulikuwa mzito sana, lakini aliweza kuliwasha gari na kurudi hotelini.

Willy alipanda na kuruka seng'enge akaingia uani kwa kuwa taa zinazozunguka jumba la F. K. zilikuwa zinawaka, ilimbidi aende huku ameinama. Kwa msaada wa vivuli vya miti mingi mizuri iliyopandwa kulizunguka jumba hilo, Willy hakuonekana na mtu. Alitembea hadi akaufikia ukuta wa upande wa kushoto wa jumba hilo. Baada ya hapo alitambaa hadi upande wa mbele wa nyumba. Alipofika kwenye kona ya jumba hilo tu, aliliona gari la mzee Hamisi limeegeshwa mbele karibu na mlango. Mara Willy alihisi mambo mawili. Kwanza, majasusi ya Makaburu yalikuwa ndani yakimsubiri. Pili, kwamba Bon na Rocky walikuwa wameuawa na ndiyo sababu hawakurudi hotelini. Aligundua kwamba alikuwa katika hatari kubwa. Hivyo, ilimbidi achukue hadhari. Akiwa amelala chini, Willy alisikia kishindo. Aligeuka na kuangalia upande kulikotokea kishindo lakini hakuona kitu. Aliamua kusubiri. Alijua fika kwamba katika mchezo huu, subira ni jambo muhimu. Baadaye aligundua kuwa kile kishindo kilikuwa cha mmoja wa askari kwani alimwona anatokea kwenye mti mmoja. Alikuwa amepangiwa zamu ya kukaa juu ya mti huo na kutoa ilani kama angetilia mashaka kitu chochote. Ajabu ni kwamba askari huyo hakumuona Willy wakati alipoingia.

Hivyo alikuwa ameamua kuteremka na kupanda mti mwingine. Kutokana na woga baada ya kuona wenzake walivyokufa, askari huyo alikuwa anatembea kwa uangalifu mkubwa. Willy alimuona yule askari akinyata karibu naye. Alimsubiri mpaka walipokuwa sambamba ndipo alipomrukia kwa kasi ya umeme na kumbana mdomo kisha akamkata mkono na shingo na kumwua palepale. Alimburuza taratibu na kumlaza mahali alipokuwa amesimama hapo awali.

Willy aliamua kuingia ndani ya jumba la F. K. kwa kupitia dirisha la kushoto. Baada ya kuangaza huku na huko na kuona kwamba kila kitu kilikuwa shwari, alijongea mpaka kwenye dirisha mojawapo na kulikagua. Aligundua kuwa limefungwa. Willy alichukua kisu chake maalumu chenye ncha ya almasi na kukata kipande cha kioo kutoka kwenye dirisha. Alipitisha mkono wake kwenye tundu na kufungua dirisha. Kisha alikwea dirishani na kutumbukia ndani ya chumba kilichokuwa na giza. Baada ya kusimama tu alisikia sauti inasema, "Shenzi kabisa!" Halafu alisikia kitu kinamgonga kichwani. Willy alidondoka chini na kupoteza fahamu.

SURA YA KUMI

Mambo Bado

Ilikuwa yapata saa sita kasoro dakika kumi wakati alipobisha hodi kwenye chumba cha Willy. Huku akiwa na bastola mkononi tayari, Mike alikwenda kufungua mlango. Akiwa tayari kabisa, aliruka haraka pembeni mwa mlango.

"Lo! Mungu wangu, vipi?" Mike aliuliza baada ya kumuona Bon.

"Willy yuko wapi?" Bon aliuliza kabla ya kujibu.

"Amewafuata." Mike alijibu. "Kama nusu saa hivi iliyopita." Mike alijibu. "Nyaso amempeleka na atarudi muda si mrefu. Rocky yuko wapi?"

"Mike Rocky ameuawa!" Bon alijibu.

"Hapana!" Mike alisema bila kuamini.

"Ukweli ni kwamba watu hao ni majasusi wa hali ya juu. Twende tumfuate Willy. Huko njiani nimeona gari likielekea kwenye nyumba ya F. K. likiwa limejaa watu. Iwapo Willy yuko peke yake atapata matatizo. Heri tumfuate kwani hatutastahimili kumpoteza Willy pia. Nyaso akirudi anaweza akatusubiri hapahapa," Bon alisema.

Bila kusema neno Mike alichukua zana zake na wanaume wakateremka chini. Mbele ya hoteli walipungia teksi na iliposimama waliingia ndani.

"Tupeleke Themi Hill." Bon alimwamrisha dereva. Wakaondoka.

Willy alipopata fahamu kidogo alijikuta ndani ya chumba kikubwa. Alikuwa amefungwa kwenye mti wenye umbo mfano wa msalaba uliokuwa katikati ya chumba. Ingawa Willy alikuwa tayari amepata fahamu hakuonyesha kama amepata fahamu. Alifanya hivyo ili 'kununua' muda. Alishangaa kuona majasusi yalikuwa bado hayajamuua. Hapohapo aligundua kwamba walikuwa na sababu ya kumweka hai. Kwa kutumia sababu hiyo aliweza 'kununua' muda zaidi. Alijisikia kuwa alikuwa amefungwa barabara kiasi kwamba asingeweza hata kujitingisha.

Mara alisikia mlango unafunguliwa na taa kali zaidi zinawashwa na kuelekeza mwanga wake kwake. Palepale Willy alitambua kuwa chumba kile kilikuwa chumba cha mateso. Alikuwa amevuliwa nguo zake zote isipokuwa chupi tu!

"Hecke, bila shaka umempiga sana mtu huyu nusura umuue. Unajua, mtu huyu tunamhitaji sana angalau kwa muda wa dakika tano zaidi akiwa hai." F. K. alisema. Willy aliyasikia maneno hayo.

"Mtu huyu ni hatari sana. F. K., Hecke alivyofanya ni sawasawa." Mtu mmoja alijibu.

"Sharti turudishe fahamu yake maana yule mwenzake anaweza kuwa anajongea kwa wakati huu." F. K. alisema.

"P. G. yuko nje tayari kumfungia kazi. Hecke na wewe nenda nje ukamsaidie P. G. kama ikibidi. Akidiriki kupitia njia ile ya chini kama alivyofanya mwanzo, huo ndio utakuwa mwisho wake kwani nimemtegeshea bomu moja safi." George alijigamba.

"Hebu kwanza Hecke, nenda ukawashe ile swichi ya umeme ili umshtue mbwa huyu kwani amezirai muda mrefu." F. K. alimwamrisha Hecke. Willy alijiweka tayari huku akili yake ikifanya kazi harakaharaka. Hecke alikwenda akaiwasha swichi. Umeme ulimshtua Willy naye akajifanya kapata fahamu tayari ili asiumizwe zaidi. Alipofumbua macho alimwona F. K. amesimama mbele yake pamoja na George. Kule pembeni alimwona Hecke.

"Karibu kwetu Willy Gamba. Ni jambo lisilofurahisha kukukaribisha hapa nyumbani kwangu katika hali hii. Lakini umeyataka mwenyewe na kama ujuavyo msiba wa kujitakia hauna kilio. Haya, huyu hapa ni George. Yeye ni wenzetu na kiongozi wetu ambaye anaongoza kikundi cha Kulfut kilichotumwa kuja kuishikisha adabu Tanzania." F. K. alisema akiwa anamtazama Willy. Baadaye alimgeukia George. "George, huyu ndiye Willy Gamba, kama umewahi kumsikia. Ni bahati yake mbaya amekutana nawe." F. K. alisema.

"Hata mimi nimefurahi kumuona. Nimesikia habari zake nyingi. Nasikitika kumuona wakati amefikia mwisho wa maisha yake. Haya yote yametokana na nchi ya Tanzania kujitia kimbelembele na kujiingiza kwenye mambo yasiyowahusu." George alijigamba.

Willy aliposikia hayo alianza kuzungumza ilimradi aweze kusukuma wakati.

"F. K. ni lazima umweleze kaburu huyu kuwa suala la ukombozi Kusini mwa Afrika ni suala la Afrika huru nzima. Hivyo, kwa watu kufa ili vizazi vitakavyobaki viweze kuishi huru ni jambo takatifu. Kwa hiyo, mimi siogopi kufa.

"Hecke, hebu nenda huko nje ukamsaidie P. G. kummaliza huyo mbwa mweusi mwingine kwani naona hawa wana vichwa vigumu kama vya paka." George aliamrisha.

"Kitu kimoja unapaswa kukitilia maanani Willy; ni kwamba mtu mweusi hawezi kujitawala. Sanasana, mtapata uhuru wa bendera, lakini uchumi wenu utatawaliwa na mtu mweupe daima dumu. Chukua mfano wa Tanzania, ni nani anayefaidi matunda ya uhuru hapa kama siyo Mzungu na Mhindi? Mhindi akiendesha Benz kama halali yake; thubutu mtu mweusi aendeshe Benz kama hakutiwa msukosuko! Sasa, kisa gani hata kupoteza maisha yenu kwa kupigania uhuru wa bendera ambao hauna faida? Kweli mtu mweusi hawezi…." F. K. alikatizwa.

"F. K. unazungumza maneno ya kitoto. Nchi za Afrika zinapigana dhidi ya ubaguzi wa rangi kwa sababu hazitaki

ubaguzi wa rangi. Ninyi Wahindi mnaonekana kama
Watanzania machoni mwa Watanzania. Mawazo yako kuhusu
kuhitilafiana kimapato ni jambo lililopo ulimwenguni kote.
Amini usiamini, kama usaliti wako utagunduliwa, hata kama
mimi nimekufa, Wahindi wenzako watakuwa wa kwanza
kutamani kukurarua. Si Wahindi wote wenye mawazo finyu
kama yako." Willy alimwambia F. K.

"F. K. unamchelewesha huyu mtu. Hebu muulize atupe
habari zetu halafu…. Usiku unakwenda haraka sana." George
alimwambia F. K.

"Kusema kweli Willy ningependa kifo chako kije haraka.
Hata hivyo, huo ni uamuzi wako. Kama ukijibu swali langu,
utakufa haraka bila kupata mateso. La hasha! Utakufa polepole
kwa mateso makali. Chumba hiki kina kila aina ya vifaa vya
kutesea watu. Sina haja ya kukueleza kwani wewe mwenyewe ni
mwenyekiti katika shughuli hii. Sasa jibu swali langu: viongozi
wa wapigania uhuru umewaficha wapi?" F. K. aliuliza.

Mara Willy aligundua kwamba mpango wa kuwaficha
viongozi wa wapigania uhuru ulikuwa wa busara sana.

"Sijui. Kawatafute wewe mwenyewe kwani sisi tulipogundua
hawa Makaburu ulipowaficha ulituambia?" Willy alijibu kwa
kiburi.

Jibu hilo liliwafanya wahamaki. George alimrukia Willy na
kumtia makonde ya haraka mpaka Willy alipoteza fahamu
kwa muda.

"Sisi hatutaki mchezo. Tumekuja Tanzania kuwatia hofu na
kiwewe. Jibu lako litatusaidia kuua viongozi peke yao kuliko
kufagilia mbali umati wa watu na mji mzima wa Arusha.
Kipigo tunachokitoa kitasikika mpaka huko ahera. Nyumba
hii imejaa silaha za kisasa za kuweza kuuteketeza mji mzima.
Sasa sema au utaumia." F. K. alisema kwa hasira.

Willy alifahamu fika kwamba hakuna mtu ambaye
angethubutu kumuua kwani alijua wao walitaka kufahamu
viongozi wa wapigania uhuru wako wapi. Hilo ndilo jambo
muhimu lililokuwa limewaleta.

"Sijui walipo, fanya unavyotaka." Willy alijibu.

"Umeyataka mwenyewe." F. K. alijibu huku akitoa kitu mfano wa saa kutoka kwenye mfuko wa shati na kukiwasha. Mara Willy alisikia moto ukimchoma kutoka kwenye ncha ya kidole mpaka utosini. Alijaribu kuvumilia lakini uchungu ulizidi na akaanza kupoteza fahamu. Bila ya kujifahamu, Willy alitoa sauti kali."Achaaaa! Nitakuelezaaa!"

***

Wakati F. K. na George wanamkabili na kuanza kumtesa Willy katika kile chumba cha mateso, Bon na Mike walifika kwenye seng'enge ya jumba la F. K. tayari kwa mapambano makali.

"Tusipite kwa chini maana wanayo televisheni watatuona. Tupite njia ya kawaida ila tujue kuwa wanatusubiri," Bon alisema.

"Sawa!" Mike alijibu.

"Pande zote mbili, kushoto na kulia, zinayo madirisha makubwa. Jambo la kufanya ni kujitahidi kuingia na sisi tuonane huko ndani." Bon alimweleza Mike. Wote waliangaliana ili kupeana moyo.

"Jihadhari sana!" Mike alimwonya Bon.

"Na wewe vilevile!" Bon alijibu huku akimkumbuka marehemu Rocky aliyekuwa amemuaga kwa namna ileile.

Jambo la kwanza ni kuangalia kama Willy yu hai. Nina wasiwasi kuhusu maisha yake." Bon alimnong'oneza Mike huku wakiachana. Mike alionyesha ishara ya kumwelewa Bon. Wakiwa wamejificha kwenye vivuli, wanaume hao wawili walilisogelea jumba la F. K. kwa hadhari na hamasa kubwa.

Mike aliambaa katika upande wake. Mara alisimama kimya na kwa hadhari akijaribu kusikiliza kila aina ya jambo ambalo lingetokea. P. G. alikuwa upande wa kaskazini wa jumba lile. Mara alimwona Hecke aliyekuwa akichunga upande wa kushoto wakati yeye akichunga upande wa kulia. Wakati P. G. alipokuwa anaambaa na ukuta upande wa kulia bastola mkononi, Mike naye alifika kwenye ukuta uleule akiangalia namna ya kufungua dirisha bila kuwashtua watu waliokuwa ndani. Mara P. G. alijisikia jasho jembamba likimtoka. Palepale alijua alikuwa katika hali ya hatari kwani hali hiyo humtokea tu mara hatari inapobisha hodi. Mike, ambaye alikuwa amevaa nguo nyeusi, alisogea mbali kidogo kutoka alipokuwa kwani naye alihisi kitu kinatembea karibu na ukuta ule. Alibana chini ya mti. Mara alisikia kitu kama mti kinakatika! Alipoangaza umbali wa mita mbili kutoka chini ya mti alipokuwa amesimama aliona kitu kinatingishika. Alipoangalia vizuri zaidi aliona mtu anamsogelea. Mike alisimama kama mti mkavu. P. G. naye alikuwa ananusanusa huku na kule kama mbwa wa polisi huku bastola yake ikiwa tayari kufyatua wakati wowote. Alipotembea na kufika mita moja kutoka mahali Mike alipokuwa amesimama, naye alisimama. Wakati huohuo Mike aliruka kama risasi. Alimkumba P. G. na wote wawili wakaanguka chini. Bastola ya P. G. ilianguka kando na kuzitema risasi zake. Mlio wake haukusikika ndani ya jumba kwa sababu ilikuwa na kiwambo cha kuzuia sauti. Walipoinuka Mike alimtambua P. G mara moja.

"Ni bahati iliyoje kwangu P. G.? Ulidhani umenikimbia huko Nairobi. Sasa mimi na wewe." Mike alisema na kumshangaza P. G. ambaye hakutarajia kukutana na Mike Arusha.

"Umejileta wewe mwenyewe kwenye kifo chako Mike Maina. Baada ya kukumaliza wewe nitarudi Nairobi. Kisha nitajibadilisha na kuhakikisha kuwa vile vikaragosi vyako kwenye ofisi yenu, ambavyo vinataka kuharibu kazi yangu navifagiliwa mbali. Kwa kutumia uwezo wangu nitahakikisha Masoga anakuwa Mkuu wa Idara yenu." P. G. alisema.

Kisha alikatisha sentensi ili amvamie Mike kwa ghafla na amtie mapigo ya kifo; kama yeye alivyokuwa anayaita, lakini P. G. alipotupa mapigo yake hayo, Mike aliyazuia yote kwa ufundi wa hali ya juu.

"Nilimwahidi Mwaura kuwa nitalipiza kisasi chake kwa mikono yangu mwenyewe. Sasa P. G. umekufa!" Mike alisema na palepale akaiona sura ya maiti ya Mwaura ilivyokuwa imepigwa risasi. Mori ulimpanda. Alijisikia akipata nguvu za ajabu! Mike alimtia P. G. pigo la kifuani ambalo karibu lingemdondosha, lakini alijitahidi na kurudishia mapigo makali sana. Mike aliteleza mpaka chini. P. G. alivuta upanga wake uliokuwa umefichwa kiunoni ili ammalize Mike huku akiamsha upanga, tayari kumkata Mike. P. G. alisema "Buriani Mike!" wakati huohuo Mike alijiviringisha na upanga ukamkosa. P. G. alijirusha na kujitayarisha tena kumkata Mike. Alimkosa kwa mara ya pili na mara ya tatu, Mike aliruka na kuupiga mkono wenye upanga ukaanguka chini. Mkono wa P. G. ulikuwa umevunjika. Maumivu yalikuwa makali na Mike akaitumia vizuri nafasi hiyo. Mike alimtia P. G. kipigo cha mbavu, mbavu zikavunjika. P. G. alijaribu kujikakamua lakini alikuwa amezidiwa.

"P. G., Afrika itashinda na Afrika Kusini itaondokana na udhalimu wa ubaguzi wa rangi na kuwa huru chini ya utawala wa wazalendo walio wengi. Ukiwa huko ahera utaona kuwa unyama wenu haufui dafu kwa wapigania haki. Hata Mwenyezi Mungu yuko upande wa wanyonge." Mike alimwambia P. G. ambaye alikuwa anatokwa na damu puani na masikioni. Alijua alikuwa amekaribia mwisho wake, lakini aliamua kama ni kufa ilimbidi afe kiume. Lakini Mike alikuwa tayari hivyo alimpisha P. G. ambaye alijigonga kwenye ukuta na kuanguka chini. Mike aliuchukua ule upanga pale chini na kumkata kichwa.

"Malipo ya dhambi ni mauti." Mike alisema huku ameinua upanga na kuiangalia maiti ya P. G. akiwa amepandwa na mori alivunja dirisha kwa kutumia upanga tayari kwa mapambano makali.

"Leo ni leo. Liwalo na liwe. Sisi dhidi ya washenzi Makaburu." Mike alisema huku akipanda dirishani ili ajitupe chini.

***

Baada ya kumteremsha Willy, Nyaso alielekea New Arusha Hotel huku akiwa na mawazo mengi sana juu ya Willy. Kitu kimoja kilichomshangaza sana ni jinsi alivyokuwa ametokea kumpenda kijana huyo. Alikuwa amempenda ghafla kiasi cha kuhatarisha maisha yake wakati hata hamjui sawasawa. "Kweli, dunia ni msongamano." Nyaso alijisemea huku akiegesha gari karibu na hoteli.

"Mtoto huyo!" dereva mmoja wa teksi, kati ya wale walioegesha nje ya New Arusha Hotel alimnong'oneza mwenzake.

"Sijui mtoto huyu ana nini. Labda F. K. amesafiri kwani namuona anayo njemba mmoja hivi," dereva mwingine alijibu.

"Ni kweli, hata mimi njemba huyo nimemuona. Jamaa mwenyewe mkali na vitu anavyoweka toka chini mpaka juu ni vikali," dereva wa tatu alisema.

"Yule ni saizi yake, siyo F. K. ambaye anamfuja mtoto wa watu bure," dereva wa pili aliongeza huku wakichekelea. Wakati huo Nyaso alikwisha toka kwenye gari na alikuwa anapotea hotelini, macho ya watu wote yakimfuata.

"Ama kweli, Mungu ana upendeleo, angalau kwa kiumbe yule." Kijana mmoja wa mapokezi alimnong'oneza mwenzake baada ya Nyaso kuwapita na kusimama huku akisubiri lifti.

"Huyo msichana mimi simwangalii kwa sababu nikifanya hivyo najisikia msisimko, wakati najua fika kwamba hata nikizishitakia mbingu, siwezi kumpata," mwenzake alijibu.

"Si lazima kupata kila kitu ukipendacho. Hata macho peke yake yanatosha kuangalia tu. Mimi ninapoona sura yake humsifu Mungu muumba; halafu husema kwamba kuna wanaume duniani waliobahatika." Yule kijana wa kwanza alisema kwa masikitiko.

Bila kujua kuwa watu walikuwa wanaumia mioyo kutokana na sura yake murua, Nyaso alipanda lifti. Alikuwa na wazo moja tu kwamba kama angekuta akina Bon wamerudi angewataka wamfuate Willy. Alifikiri kama kweli F. K. amemuua Tondo, hata Willy atauawa kama hakujihadhari.

Nyaso alifika kwenye chumba cha Willy. Alipiga hodi mara ya kwanza, lakini hakupata jibu. Alibisha mara ya pili, lakini hakujibiwa. Aligonga tena kwa mara ya tatu, tena kwa nguvu lakini hakujibiwa. Mara alitokea kijana mmoja mhudumu katika hoteli ambaye alisema huku akitabasamu, "Samahani dada, nimeona jamaa wanaondoka harakaharaka."

"Wangapi?" Nyaso aliuliza.

"Wawili," yule mhudumu alijibu.

"Ahsante!" Nyaso aliitikia.

Huku nusu akitembea huku nusu akikimbia, alielekea kwenye gari. Alikuwa na wazo la kuwatafuta akina Bon na Mike huko kwa F. K. kwani aliamini Willy alikuwa hatarini. Yule mhudumu alimuangalia Nyaso kwa mshangao.

"Kweli duniani kuna wanaume! Mimi nikiwa na miadi na msichana kama huyu, siwezi kutoka hata itokee nini, labda niambiwe mama yangu kafariki!" Yule mhudumu alijisemea moyoni mwake.

Wakati mapambano makali yalipokuwa yanaendelea kati ya Mike na P. G., Bon alikuwa katika harakati za kuingia ndani ya jumba la F. K. Hakupata kipingamizi kikubwa. Alipofika kwenye ile sehemu ya kushoto, aliona maiti ya yule askari aliyeuawa na Willy. Aligundua kuwa Willy amepitia njia hiyo. Wakati anaangaza macho ili kuona Willy alikuwa ameingilia dirisha gani, alimwona yule askari mwingine akija. Bon alibana sawasawa na ukuta akimwangalia askari aliyekuwa anasogea kwa wasiwasi na hofu kubwa. Hofu ilimfanya yule askari afike mahali alipokuwa Bon bila kuhisi kitu. Bon aliyekuwa amebana mithili ya kinyonga anayetaka nzi, alisubiri mpaka wote wakawa sambamba. Alimvuta na kumtia kabali kisha akamyang'anya bastola. Alimpekua na kukuta hana kitu. Palepale akamwamrisha, "kama unataka kuishi zaidi nipeleke alipo Willy Gamba. Najua yuko ndani." Bon alibahatisha.

Hofu ni kitu kibaya sana. Binadamu anaposhikwa na woga, hupoteza uwezo wa kuamua. Hivyo, akatenda yale ambayo asingeyafanya katika hali ya kawaida.

"Usiniue! Twende nikuonyeshe!" Hecke alisema kwa hofu. Hecke alijua kuwa ndiyo nafasi pekee ya mwisho aliyokuwa nayo. Alijua kuwa angemfikisha Bon kwa George, basi huo ndio ulikuwa mwisho wake. Hivyo alimwongoza Bon mpaka kwenye chumba cha mateso.

SURA YA KUMI NA MOJA

Funga Kazi

"Sema sasa, nakupa sekunde moja." F. K. alimwambia Willy.

Willy ambaye alijitahidi kusogeza muda akitafuta njia ya kujiokoa, alijua kuwa sasa amepatikana. Mara wazo lilimjia ghafla.... F. K. alikuwa ameshika chombo cha kuendeshea mashine ya umeme kwa mbali. Mashine hiyo ilikuwa kwenye mti ambao Willy alikuwa amefungwa. Kama angeweza kuukata umeme huo kwa njia yoyote ile, basi mfumo mzima wa chumba kile ungeathirika.

Huku akijifanya kama kwamba alikuwa hajapata fahamu sawasawa, alichunguza kwa chati ile nguzo aliyokuwa amefungiwa. Aligundua kuwa chini ilikuwa na magurudumu. F. K. na George walikuwa hatua moja mbele yake. Hivyo, Willy aliamua kutenda jambo ambalo hata wasingeweza kulifikiria katika maisha yao yote. Lakini kwa bahati Willy hakupata nafasi ya kutenda kitendo hicho kwani vitu viwili vilitokea ghafla.

Mlango wa nyuma ulifunguka ghafla na kwa nguvu. Bon alimsukumiza ndani Hecke. Hecke alimkumba George na F. K. kutoka kwa nyuma na wote wakaiangukia ile nguzo alipofungiwa Willy. Kukatokea kishindo kikubwa.

"Kisanduku hicho hapo juu." Willy alipiga kelele kama kwamba walikuwa wamepanga pamoja shambulizi hilo kutoka kushoto, Mike alivunja dirisha kubwa la kioo akiwa na rungu na upanga mkononi, kisha alitumbukia ndani kupitia dirishani. Alikatwa na vipande vya kioo, lakini alionekana kutotambua. Vitendo hivyo vilitokea ghafla mno kiasi kwamba George na

F. K. walipoteza fahamu sekunde mbili tatu kabla ya kujua kimetokea nini. Hapohapo Bon na Mike walichukua nafasi hiyo kufanya kitendo kimoja kwa haraka. Mike alikata kamba alizokuwa amefungiwa Willy kwa kutumia upanga mkali. Bon alikipiga risasi kile kisanduku kama alivyoelezwa na Willy.

Mara chumba kikawa giza. Kisanduku kile ndicho hutumika kuendesha vyombo vya mateso.

Kitu cha kwanza ambacho George na F. K. walikifanya ilikuwa kujihami. Kama njiwa George aliruka na kupitia kwenye dirisha ambalo Mike alikuwa ameingilia. Lakini pamoja na vurugu hilo Willy alikuwa amemwona. Alijifungua kamba na kuruka dirishani akimfuata George.

F. K. alijiviringisha na kumkumba Bon mpaka chini, alipitiliza mpaka kwenye mlango na kukimbilia ukumbini. Bon aliinuka na kumfuata. Hecke aliliwahi lile rungu aliloingia nalo Mike. Alihamaki na kumpiga nalo Mike mpaka chini. Upanga ulimtoka Mike mkononi. Hecke aliukimbilia lakini kabla hajaushika Mike alimpiga teke farasi ambalo lilimpeperusha mpaka akaanguka chini. Wakiwa wanaonana vyema kutokana na mwanga uliokuwa unatoka chumba cha pili, Mike alimrukia Hecke na kumtia dharuba ya kichwa wakati Hecke alipokuwa anajaribu kusimama. Hata hivyo, wote wawili walianguka chini. Dharuba ambayo Mike alimtia Hecke ilimfanya aone nyota na barabara ielekeayo ahera. Mike alisimama haraka na kuuchukua upanga wake. Kama alivyomfanya P. G. alikata shingo ya Hecke na kichwa kikaanguka chini.

"Makaburu wenzako watakaposikia juu ya staili ambayo mmechinjwa bila shaka watagwaya. Kamwe hawatathubutu kuichezea Afrika huru." Mike alijisemea kimoyomoyo.

Akiwa na upanga wake mkononi! Mike alitoka mbio na kuwafuata wenzake ili afahamu ni kitu gani kilikuwa kikifanyika.

***

Willy aliporuka na kupitia dirishani alimkuta George amesimama anamsubiri. George alikuwa amewasha taa ambayo swichi yake ilikuwa karibu na dirisha hilo. Alimuonyesha

Willy ishara ya vita vya maninja. Palepale Willy aligundua kuwa George alikuwa ni ninja. Bila kuchelewa Willy alipiga magoti na kuinamisha kichwa. Hiyo ilikuwa ishara ya imani yao. Kwa kutumia viganja vyake, Willy alisema sala ya ninja. Vidole vya mikono yake vilikuwa vinaingiliana na kuachana kama meno ya mamba. George naye alifanya vilevile kama Willy alivyofanya kama kawaida, sala yao ilichukua kama muda wa dakika kumi. Ndipo vita vilipoanza.

***

F. K. alikimbia na kutoka nje ya nyumba. Alibana karibu na mlango akimsubiri Bon ambaye alikuwa anamfuata. Bon alitokea akikimbia mbio. F. K. alimtegea na kumkata ngwara. Bon alianguka chini na F. K. aliruka haraka na kumpiga Bon kwa teke la ubavuni kabla hajasimama na kurudi chini. F. K. alimtupia teke la pili. Alikuwa na nia ya kumpiga kichwani, lakini Bon alikuwa macho. Aliudaka mguu wa F. K. na kumfanya aanguke chini. Mara wote waliinuka na kukabiliana.

"Leo ndiyo mwisho wako. F. K." Bon alisema.

"Hee, ninyi hamjui nguvu za Afrika Kusini. Hata mkituua sisi haiwezi kuwasaidia. Zaidi ya hayo mtazidisha hasira yake. Hapo ndipo mtakapokiona cha mtema kuni. Vitendo vyetu vitafuatiwa na vitendo vya kutisha. Vitendo hivyo vitazifanya nchi zilizo mstari wa mbele katika ukombozi kusini mwa Afrika na Afrika huru kwa jumla kukoma ubishi. Kamwe hamtaichokoza tena serikali imara ya Afrika kusini." F. K. alijigamba.

"La hasha! Sisi tutawaangamiza ninyi vibaraka na majasusi na makaburu. Baada ya hapo serikali ya Afrika Kusini itatambua kuwa Afrika sasa ni imara. Zaidi ya hayo, kipigo tutakachotoa kitawatia hamasa wapigania uhuru wa Afrika Kusini. Vilevile, vijana mashujaa wa Afrika Kusini watapata moyo na kuendelea kupambana kwa nguvu zaidi. Makaburu lazima watasalimu amri. Na sasa hivi kifo chako kimefika, msaliti wee!" Bon alisema.

Mara alimrukia F. K. na kumpiga vipigo vinne vya haraka, F. K. alipepesuka huku damu zikimtoka mdomoni. Hapo aligundua kuwa hakuwa na uwezo wa kupambana na Bon. Hivyo F. K. alikuwa anafikiri haraka ni nini cha kufanya mara aliona gari lililokuwa njiani likielekea kwenye jumba lake. Aliangalia taa zake, akagundua kuwa gari hilo lilikuwa aina ya *Benz*. Na zaidi ya hayo *Benz* hilo lilikuwa lake mwenyewe. Katika mawazo yake F. K. alifikiri kwamba Stumke alikuwa ndani ya gari hilo. Alidhani alikuwa amemtoroka Willy. Mawazo yake yalimdanganya. Hali hiyo ilitokana na woga mwingi uliokuwa umemwingia kwa mara yake ya kwanza. F. K. alipokifikiria kifo, woga wake ukaongezeka.

Kufumba na kufumbua alitimua mbio kulielekea gari hilo lililokuwa linakuja kwa mwendo wa kasi. Bon alishangazwa na mbio za F. K. alianza kumfukuza. Mara akawa na mawazo huenda wale walikuwa adui, hivyo alisimama akajiweka tayari.

Wakati uleule Mike alikuwa ameshika upanga wake mkononi. Alikuwa amemuua Hecke. Baadaye alimfuata Bon ili amsaidie. Alipotoka nje, akamuona F. K. anatimua mbio huku akifukuzwa na Bon. Hivyo, naye akaamua kumkimbiza. Alipomwona Bon amesimama naye alisimama pembeni. Mike alihisi vilevile kuwa wale walikuwa adui. Gari hilo lilizidi kuja kwa kasi. F. K. alilikimbilia kwa kasi pia. Alikuwa ameinua mikono juu kama ishara ya kutaka lisimame. Bon na Mike walibaki wamesimama na kushuhudia tukio hilo. Kitendo kilichofuatia kiliwashangaza. Badala ya gari hilo kupunguza mwendo, lilikwenda kasi zaidi kuelekea kwa F. K. ambaye alijaribu kulikwepa. Hata hivyo lilimkumba.

"Eeeh! Nakufaa!" F. K. alisema maneno yake ya mwisho.

Alipogongwa F. K., alirushwa juu kisha aliangukia kwenye seng'enge.

Bon na Mike waliliona gari hilo likisimama mahali pale lilipokuwa limeegeshwa gari la mzee Hamisi. Wote wawili walifichama nyuma ya mti. Walishangaa zaidi walipomuona mtu aliyeteremka kutoka kwenye gari hilo!

"Nyaso!" Bon alimwita. Mike alielekea kule ilipokuwa maiti ya F. K.

"Willy wapi?" Nyaso aliuliza huku machozi yakimtoka.

"Palepale Bon aliwakumbuka Willy na George. Mambo hayo yalikuwa yametendeka haraka sana.

"He! He! Hapa hapa!" sauti zilisikika.

"Wako huku." Bon alimshika mkono Nyaso wakaenda mbio kule sauti zilikotokea. Hata hivyo Bon alikuwa bado ameshangazwa na kitendo cha msichana huyu. Ilikuwa vigumu kwake kuelewa jinsi Nyaso alivyomgonga bwana wake, halafu asijali. Ungefikiri hakuna jambo lililokuwa limetokea; au kwamba Nyaso alikuwa amegonga mbwa!

"Ni vigumu kuwaelewa wanawake." Bon alijisemea kimoyomoyo.

***

Walifika sehemu walikokuwa Willy pamoja na George. Bon ilibidi amshike Nyaso ambaye alikuwa ameshikwa na kiwewe. Sababu yenyewe ni kwamba vita vya maninja vilikuwa vimeanza.

"Willy! Willy! Ooh!" Nyaso aliita.

"Nyamaza! Hivi ni vita vya maninja. Sikiliza Nyaso, wote wawili ni maninja. Maana yake ni watu wenye ujuzi wa hali ya juu wa kupigana. Wote wawili wamehitimu mbinu za hali ya juu za mapigano ziitwazo ninja. Sheria yao inasema maninja wawili wakianza kupigana, watu wengine hukaa kando. Mapigano huisha baada ya mmoja wao kuuawa." Bon alimweleza Nyaso kwa haraka.

"Hivi unaweza kumuacha Willy auawe ati kwa sababu ya sheria? Mimi nakwenda kumsaidia." Nyaso alisema huku akijaribu kujitoa kwenye mkono wa Bon.

"Kama Willy akiuawa mimi nitachukua nafasi yake. Hii ni sanaa ya mauaji, nayo ina miiko yake. Hata mimi mwenyewe ni ninja." Bon alisema na kumwangalia Nyaso machoni. Kwa

144

mara ya kwanza Nyaso aliona macho ya Bon yamegeuka na kuwa kama hayana uhai.

"Mimi sikujua kama kweli watu walio hai wanaweza kuwa maninja. Nilidhani ni hadithi tu au michezo ya sinema. Mpaka sasa siamini." Nyaso alisema huku machozi yakimtoka.

Willy na George walikuwa wanatazamana. Bon alimshikilia Nyaso kwa nguvu zaidi. Alipogeuka nyuma alimwona Mike amejiegesha kwenye ukuta. Alionekana kuwa na wasiwasi. Bon alipomwangalia Mike alitoa ishara kuonyesha kuwa F. K. alikuwa amekufa. Hapohapo, wote waligeuza macho yao na kuangaliwa mapigano makali yaliyokuwa yanaendelea. Mbinu zilizotumika zilikuwa za hali ya juu. Hata Bon mwenyewe alikiri. Pamoja na yeye kuwa ninja, alikuwa hajaona mapigano makali kama hayo.

George aliruka juu. Alirusha mateke, kumi mfululizo kama kwamba alikuwa anatembea hewani. Willy aliyakwepa yote. Kabla hajatua chini, George alichomoa upanga kutoka mgongoni mwake, akamkabili Willy. Mike alihamaki na kutaka kuingia kwenye uwanja wa mapambano.

Bon alimzuia kwa kumwashiria. Nyaso aligeuka na kulala kifuani mwa Bon akihofia Willy angeuawa wakati wowote. George alirusha upanga wake mara saba akiwa amedhamiria kumkata Willy. Hata hivyo, hakuweza kufanikiwa maana Willy alikuwa mwepesi wa kukwepa. Ghafla, George aliruka juu na kumkuta Willy hayuko tayari kukwepa pigo. Bon na Mike walifumba macho ilikuwa vigumu kuamini jinsi Willy alivyojipinda, upanga wa George ukampita kwenye mkono. Hata George mwenyewe alishangaa jinsi Willy alivyoukwepa upanga huo. Upanga ulilichana shati la Willy na kumkata kidogo. Damu ilianza kumtoka. Willy alipoangalia damu kiasi kwamba hasira ilimpanda; akasikia harufu ya damu kiasi kwamba ule upanga aliuona si kitu. Alilichana shati lake na kulitupa. Halafu akamrukia George na kumpiga dharuba asiyotarajia. Aliupiga mkono wake wa kulia ambao ulikuwa umeshika upanga. Upanga uliruka na kuanguka karibu na miguu ya Bon. Kishindo cha upanga kilimgutua Nyaso. Alipogeuka alimwona Willy alivyokuwa anamhangaisha yule kaburu. Willy alimpiga dharuba tano ambazo zilimfanya George achanganyikiwe.

"Willy, muue! Muue!" Nyaso alipiga kelele. Lakini George alijibu mapigo. Alimpiga Willy kichwa cha aina ya pekee na wote wawili wakaanguka chini. George aliwahi kuinuka akatoa kisu kirefu na kumrukia Willy ili ammalize. Lakini Willy alikuwa macho. Aliruka kutoka mahali alipokuwa, akatua mahali pengine na George alimkosa. Bila kuchelewa Willy alimtupia George teke la tumbo, akaanguka chini. Wakati George anaanguka kisu kilimtoka mkononi. Willy alitumia fursa hiyo kumpiga George pigo la pekee ambalo lilimbomoa kifua. George alijua amekwisha.

"Aaa! Nakufa! Willy, heri ungenikata kichwa ili nife kwa heshima za kininja." George alisema.

Bon alimtupia upanga. Willy alikata kichwa cha George kwa pigo moja.

Nyaso alikurupuka kutoka mikononi mwa Bon. Alimkimbilia Willy na kumkumbatia.

"Aaah, Willy! Siamini!" Nyaso alisema kwa sauti kali. Bon na Mike walibaki wameduwaa.

"Haya tutoke hapa haraka, kazi iliyobaki ni ya polisi." Willy aliamrisha.

Nyaso alitoa kitambaa na kumfunga mkono Willy. Wote waliingia ndani ya gari la F. K. ingawa lilikuwa limevunjika taa za upande wa kulia. Willy aliliendesha kuelekea mjini.

"Hallo!" sauti ilisikika kwenye simu ya kamanda wa Polisi wa Mkoa.

"Hallo, mimi naitwa Willy Gamba."

"Ndiyo, mzee." Kamanda wa polisi wa mkoa alijibu kwa hofu.

Alikuwa amepokea simu kutoka kwa Inspekta Jenerali wa Polisi kutoka Dar es Salaam ikimweleza asitoke nyumbani kwake mpaka Willy ampigie simu. Willy alimweleza Kamanda wa Polisi wa Mkoa.

"Haya sikiliza." Willy alimweleza Kamanda wa Polisi wa Mkoa. "Rafiki yako F. K. amekufa! Vilevile marafiki kadhaa wamekufa! Mzee Hamisi naye amekufa na maiti yake ipo nyumbani kwake. Tondo pia amekufa na maiti ipo nyumbani kwake. Naamini sasa unajua la kufanya."

Huku akitetemeka, Kamanda wa Polisi wa Mkoa aliuliza, "Mzee Hamisi amekufa? Amekufa saa ngapi?"

"Kati ya saa tatu na nusu na saa nne."

"Hiyo haiwezekani!" Kamanda wa Polisi wa Mkoa alibisha.

"Mimi nilipata habari kuwa mnamo saa nne na robo mzee Hamisi alikuwa kwenye Jumba la Mikutano ya Kimataifa la Arusha.

"Yeye mwenyewe au gari lake?" Willy aliuliza.

"Eah! Askari wanaolinda huko walitoa taarifa za kuonekana kwa gari lake. Halafu waliripoti kuwa chumba kilichotayarishwa kwa ajili ya mkutano kiliwashwa taa. Wao walifikiri kuwa mzee Hamisi alikuwa anaangalia na kuhakikisha usalama, kama kawaida yake." Kamanda alijibu.

"Haya, wewe shughulikia taarifa niliyokupa na kwaheri." Willy alijibu na kukata simu.

Willy alipiga simu kutoka hotelini kwake, New Arusha Hotel. Wakati huo alikuwa na wenzake, mmoja wao akiwa Nyaso.

"Anasema nini?" Bon alimuuliza Willy.

Willy aliwaambia maelezo aliyoyapata kutoka kwa Kamanda wa Polisi wa Mkoa.

"Kama ni hivyo, F. K. na wenzake walifanikiwa kuingia kwenye chumba cha mkutano. Na kama waliingia walifanya nini?" Mike aliuliza.

"Maneno yako ni ya kweli. Bila shaka walikuwa na sababu." Willy aliitikia. Kisha akainua simu kumpigia simu mwandalizi wa mkutano wa wapigania uhuru.

"Hallo!" simu ya Willy ilipokelewa .

"Hallo, Willy hapa."

"Lete habari. Nimekaa kusubiri kwa hamu hata mate hayamezeki. Wazee wana wasiwasi mkubwa; wanapiga simu kila baada ya dakika kumi. Heri tupate taarifa yako.

Vinginevyo, kabla ya asubuhi watakuwa wamekufa kutokana na ugonjwa wa moyo." Mwandaaji wa mkutano alisema.

Willy alimweleza kwa kirefu yote yaliyokuwa yametokea.

"Hure! Afrika huru imeshinda!" alijibu kwa ghafla na kwa furaha kubwa.

"Kwa hiyo, mkutano utaendelea kesho kama ilivyopangwa. Waeleze wazee kwamba sasa kazi kwao; kazi yetu sisi askari wao imekwisha." Willy alisema

"Sijui watashukuru vipi?" Yule mtu alisema huku akionyesha kwamba alikuwa na furaha.

"Hivi si wewe unayeshughulikia maandalizi ya mkutano?" Willy aliuliza.

"Ndiyo."

"Basi, naomba tuonane huko. Sisi tunaenda huko sasa hivi."

"*Okey!*"

"Haya sasa twendeni. Tayari nimepata wazo." Willy aliwaambia wenzake. Halafu akamgeukia Nyaso na kumwambia, "wewe Nyaso, lala na upumzike. Hayo uliyoyaona yanakutosha kwa siku moja."

"Nani abaki hapa? Tunakwenda wote." Nyaso alijibu akiwa tayari amefika mlangoni.

***

"Tunaomba tukague vitambulisho vyenu." Askari wa ulinzi kwenye Jumba la Mikutano la Kimataifa la Arusha waliwaambia akina Willy.

Willy alitoa kitambulisha chake. Mmoja wao alikiangalia na kushtuka. Aliwaruhusu haraka huku akiwa kama anataka kupiga saluti. Walipoingia kwenye uwanja yule mtu wao alikuwa amekwisha fika. Alikuwa amekaa juu ya boneti ya gari akizungumza na mmoja wa askari walinzi. Willy alimtambulisha kwa wenzake.

"Huyu mtoto umempata wapi?" aliuliza.

"Huyu ni kuruta wetu." Willy alijibu kwa mzaha.

Walicheka kisha wakaelekea kwenye ukumbi wa mkutano wakiongozwa na yule askari mlinzi.

Mkutano ungeanza saa chache kutoka wakati huo. Willy aliugusa mlango wa jumba la mkutano nao ukafunguka.

"Mliacha mlango wazi?" Willy alimuuliza yule mwandalizi kwa mshangao.

"Nadhani." Mwandaaji alijibu huku akiwasha taa.

Wote waliangaza macho huku na huko.

"Kuna kitu chochote kigeni ambacho hamkukiacha humu ndani ama kukipanga?" Willy aliuliza.

Walizunguka katika sehemu zote za ukumbi huo wa mkutano halafu mwandaaji alisema, "Naona vitu vyote viko kama tulivyoviacha."

"Kwani Willy unafikiri nini?" Bon aliuliza.

"Ni dhahiri kwamba iwapo F. K. na wenzake waliingia ndani, wakidhaniwa na askari walinzi kuwa alikuwa ni mzee Hamisi, eti baada ya kuona gari lake, bila shaka watu hao walikuja kufanya hujuma ndani ya ukumbi huu wa mkutano. Ni lazima kuna kitendo wamekifanya. Ni kazi yetu sisi kufahamu ni kitendo gani. Baada ya hapo kazi yetu itakuwa imekwisha. Vinginevyo, kazi yetu haijakamilika." Willy alisema.

"Maneno yako ni kweli tupu," Mike aliitikia.

Wakati mwingine ni vigumu kuelewa jinsi mambo fulani yalivyotokea. Kwa muda wote huo Nyaso alikuwa amesimama kimya. Alikuwa mbali kidogo na Willy ambaye wote walikuwa wakimsikiliza. Yeye alikuwa amevutiwa na jambo moja ndani ya ukumbi huo. Vyombo vya zimamoto hapo ukutani vilikuwa vimepangwa kisanii. Vyombo hivyo vilikuwa vimepangwa juu ya ukuta. Katika pande zote nne, vyombo hivyo viliangaliana, jumla ya idadi yake ikiwa ni kumi na nne.

"Willy!" Nyaso aliita.

"Unasemaje mtoto?" Willy alimuuliza Nyaso baada ya kumsogelea.

"Yeyote yule aliyevipanga hivyo vifaa vya kuzimia moto ni mtu stadi." Nyaso alimwambia.

Willy alimwita yule mwandaaji.

"Hivi ni ninyi wenyewe mliopanga hivyo vyombo vya kuzimia moto?" Willy aliuliza.

Yule mwandaaji aliangalia ule mpangilio wa vyombo hivyo, halafu alimuangalia Willy kwa mshangao. Palepale wote wakawa wamegundua sababu iliyomfanya ashangae.

"Hapana, vyombo vyote vilikuwa vimewekwa chini na jumla yake ilikuwa ni vinne tu katika chumba kizima." Alijibu kwa kufadhaika.

Wanaume walipanda juu ili kuvikagua na Mike alikuwa mtu wa kwanza kugundua ni nini kilikuwa ndani ya vyombo hivyo.

"Willy, ujuzi na uzoefu wako umesaidia Afrika huru. Majasusi yalitega mabomu ndani ya vifaa hivi. Mabomu yenyewe yanaendeshwa na mitambo yenye saa."

Nyaso aliyasikiliza yote hayo. Lakini hakuamini masikio yake.

"Heri tumekuja na huyu mtoto! Kuja kwake kumetupa mwanga. Kweli nawaambia wanawake wazuri wanayo mashetani yao." Bon alisema kiutani.

Lakini Nyaso hakuwa katika hali ya kawaida, bali alibaki ameduwaa mithili ya mtu aliyepigwa dafrau. Mambo yaliyokuwa yametendeka, yalimzidi kimo. Vyombo vyote viliteremshwa na iligundulika kuwa vinane kati ya kumi na vinne vilikuwa na mabomu ndani yake. Kwa kutumia ujuzi wao, waliyategua kwa uangalifu mkubwa.

Willy alimwendea Nyaso na kumbusu.

"Ahsante sana Nyaso!" Willy alimshukuru.

"Nikumbushe kesho nikununulie pipi." Willy alimtania Nyaso.

"Ahsante. Nitaisubiri hiyo pipi. Lakini hata hivyo sasa hivi ni asubuhi." Nyaso alijibu.

"Lo! Twendeni tukapumzike. Sasa ni saa kumi na moja. Kazi yetu tumeimaliza. Imebaki ya wazee." Willy alishauri.

"Sawa kabisa. Sasa tuseme wewe mwenzetu unakwenda na sisi au ndiyo mambo yamekunyokea?" Mike alimtania Willy.

"Eti, unasemaje mtoto? Maana sasa neno lako kwangu ni sheria. Ukisema nife, nakufa. Ukisema fufuka, ninafufuka." Willy alimwambia Nyaso. Tuwarudishe wenzetu hotelini halafu wewe utakuwa mgeni wangu. Unakumbuka kwamba uliniahidi kitu na mpaka sasa hujatimiza ahadi yako?" Nyaso alisema.

"Bwana wee! Tupeleke sisi kwanza. Halafu nenda ukatimize ahadi. Ahadi ni deni," Mike alieleza.

"Ningekuwa na bahati kama ya Willy ya kumpata mtoto kama huyo, mimi nisingepotea hata dakika. Kwanza kabisa mtoto mwenyewe siyo wa kawaida." Bon aliongeza.

"Eeh, jamani mnanifanya nione aibu." Nyaso alilalama.

"Achana na hao," Willy alimwambia Nyaso.

"Ndivyo walivyo. Tutawapeleka kwanza halafu twende kula vyetu."

"Ahsante wenzetu. Tukebehi tu!" Mike alijibu. Wote walielekea kwenye gari.

Askari, hakikisha usibanduke kwenye chumba hicho." Bon alimwamrisha yule askari mlinzi ambaye alikuwa anapaparika. Ilikuwa vigumu kwake kung'amua kwamba muda wote uliopita alikuwa analinda chumba kilichotegwa mabomu. Pamoja na hayo, kundi la akina Willy halikuona ajabu. Wao walikuwa wanafurahi kana kwamba hakuna jambo lililotokea. Walikuwa wanataniana kwenye hali ya hatari. Hata hivyo alijitahidi kujibu.

"Ndiyo, afande!"

Walimuaga yule mwandaaji.

"Tutaonana baadaye. Kazi kwenu ninyi wazee. Sisi kazi yetu tumeimaliza. Tunakwenda kutumia." Willy alisema kwa mzaha.

"Sijui niwashukuru vipi." Mwandaaji alisema kisha akawaaga.

Waliingia kwenye gari na mwanga wa alfajiri ukawaongoza vijana hao shujaa wa Afrika. Walikuwa tayari wamemfungia kazi kaburu. Walikuwa wameipa hamasa Afrika huru ili kusaidia wapigania uhuru wa Afrika Kusini.

Wakati wananchi walipokuwa wanaamka kutoka usingizini, mashujaa hao walikuwa wanakwenda kulala. Walikwenda kuota ndoto za kweli, za ushindi dhidi ya adui namba moja wa Afrika, Kaburu.

SURA YA KUMI NA MBILI

Ni Fundisho

"Hebu jamani tusikilize taarifa ya habari." Msichana mmoja aliwanyamazisha wenzake. Akina Bon na Mike walikuwa wamekaa kwenye bustani ya New Arusha Hotel ambako kipazasauti kilikuwa kimetundikwa kwenye mti mmoja uliokuwa katikati ya bustani.

"Hivi kuna habari gani kwenye taarifa ya habari mpaka watu wote wanasogea kusikiliza? Utafikiri kumezuka vita!" Mike aliuliza kwa mshangao.

"Wewe unakaa Yerusalemu ya wapi hata usijue mambo yaliyotokea jana usiku hapa mjini?" Msichana mwingine alimuuliza Mike kwa kebehi.

"Mimi sijui," Mike alijibu.

"Basi tulia usikilize."

"Haya mtoto," Mike alijibu na taarifa ya habari ikaanza kusomwa redioni:

"Hivi sasa ni saa moja kamili. Ifuatayo ni taarifa ya habari kutoka Redio Tanzania, Dar es Salaam. Arusha. Habari za kuaminika kutoka Arusha zinasema kuwa kikundi cha vijana shupavu wa Afrika kimevunja kambi ya Makaburu la Kulfut au kwa Kiswahili, Gongo la Chuma. Kikundi hicho kilianzishwa na Makaburu ili kuleta hali ya hofu kwa nchi huru za Afrika. Kikundi hicho kilichokuwa kinaongozwa na tajiri wa mjini humo aitwaye Firoz Kassam au kifupi, F. K. kimeteketezwa kabisa. Vyombo na vifaa vingi vya kisasa vya kufanyia ujasusi

vimekamatwa. Nia yao ilikuwa kuuhujumu mkutano wa wapigania uhuru ambao unaanza leo mjini humo. Habari hizo za kukiteketeza kikundi hicho zilipokelewa kwa shangwe kuu na mkutano huo.

Hata hivyo; kiongozi mmoja wa wapigania uhuru amezionya nchi huru za Afrika akisema ni lazima kuwa macho kwani adui sasa anaanza kutapatapa. Sababu kubwa ni kwamba maji yamewafika shingoni. Vilevile, ameitaka jumuiya ya kimataifa kuzidi kuwabana Makaburu kiuchumi ili kuleta mabadiliko ya haraka nchini Afrika Kusini. Lengo ni kuutokomeza ubaguzi wa rangi na kuleta utawala wa walio wengi. Zaidi ya hayo, amewaonya Makaburu kwamba mapambano ya silaha yatazidi ndani ya Afrika Kusini na kwamba hakuna kurudi nyuma.

Habari nyingine kutoka Pretoria, Afrika Kusini zinasema kuwa baada ya habari ya kuteketezwa kwa kikundi cha Kulfut kufika huko Afrika Kusini mapambano mapya na makali zaidi yamezuka. Mpaka wakati tunakwenda hewani, mapambano makali yalikuwa yanaendelea. Wazalendo katika kitongoji cha Soweto wanapambana na polisi wa Makaburu..."

"Mmesika sasa?" yule msichana wa pili aliwauliza.

"Tumesikia, mtoto. Lililobaki sasa ni sisi kukaa na kula vyetu huku tukishangilia ushindi. Tutumie vyetu mpaka liamba," Mike alijibu.

"Mwenyezi Mungu akupe nini?" Yule msichana wa kwanza alisema.

"Napendekeza tuondoke hapa twende kutumia mahali pengine, maana leo ni leo, asemaye kesho ni mwongo." Bon alisema huku akiinuka.

Alimshika mkono msichana aliyekuwa karibu naye wakaondoka taratibu. Mike naye alifuata huku macho ya watu yakiwasindikiza hadi mlangoni.

***

"Hebu nikuulize Nyaso. "Kwa nini uliamua kumuua F. K.?" Willy alimuuliza Nyaso.

Wakati huo Nyaso alikuwa amejigeuza kifuani pa Willy. Baadaye alimkumbatia.

"Nisingependa unikumbushe tukio hilo. Huo ni mzigo wangu ambao ni afadhali niubebe mimi mwenyewe." Nyaso alijibu taratibu.

"*Okay*, mtoto." Willy aliitikia kisha akambusu Nyaso.

"Willy!" Nyaso aliita ghafla.

"Enhe, nakusikiliza." Willy alimjibu taratibu.

"Kazi yako umeikamilisha. Lakini sasa ni mwanzo wa kazi nyingine mpya. Kazi hiyo ni yangu. Unakumbuka kuwa wewe mwenyewe uliniahidi?" Nyaso alisema kwa sauti nyororo.

Willy alimuangalia Nyaso. Alimgeuza humo ndani ya shuka walilokuwa wamejifunika. Alimbusu tena. Alimtazama usoni kisha akamwambia, "nikumbushe kesho. Kwa hivi sasa tunayo kazi nyingine tofauti. Kila kazi na wakati wake."